Thương Tặng
Nguyễn Nguyệt Quế và Nguyễn Quế Phương

NĂM CHỮ NGÀN CÂU
Tập Thơ thứ Chín của Nguyễn Lương Vỵ
Trình bày bìa: Lê Giang Trần và tác giả
Hình bìa: Hoa ổi - MPK
Hình chân dung tác giả: Tuấn Khanh
Trình bày trang trong: Lê Giang Trần
Q&P ấn hành, California – Wesminster, tháng 12.2014
Q&P hợp tác xuất bản với:
NXB SỐNG
15751 Brookhurst St., # 225 Westminster, CA 92683
Tel: 714-531-5362
E-Mail: nhaxuatbansong@gmail.com

Liên lạc với tác giả bằng email:
nguyenluongvy@yahoo.com

NGUYỄN LƯƠNG VỴ

NĂM CHỮ NGÀN CÂU

Q&P 2014

Nhà Xuất Bản SỐNG

LỜI THƯA

"Năm Chữ Ngàn Câu," tập Thơ thứ Chín, khởi thảo từ tháng 2 năm 2012 đến tháng 11 năm 2014.

"Năm Chữ," hòa quyện năm âm tiếng Việt, thăng trầm cảm xúc, cảm ứng bóng và hình, mộng và thực, không gian và thời gian trong những ngày im, những khuya tạnh mẫn-thinh-mẫn-thơ. *"Ngàn Câu,"* là cách nói ước lệ, phỏng chừng, vì khi viết xong 50 bài Thơ năm chữ, nhẩm tính đã trên con số ngàn câu!

Phần phụ bản thơ, *"Tứ Tấu Khúc Bên Thềm Nắng Cũ,"* là những giòng thơ chiêu niệm về người thân, người văn, người thơ, nghệ sỹ đã khuất bóng mà tác giả đã có niềm tương ứng đồng thanh, đồng điệu hòa âm trong bóng đời huyễn ảo và trong cõi tâm linh tịch mịch diệu kỳ.

"Năm Chữ Ngàn Câu," cũng là tập Thơ kỷ niệm 45 năm chung thủy, trọn tình trọn nghĩa với Thơ, từ buổi anh niên tóc xanh, cho đến nay, quá độ lục tuần, tóc bạc òa bay giữa trần gian ngút ngàn trầm luân dâu bể.

"Năm Chữ Ngàn Câu," cũng là bụi bặm ồn ào trong đời thường, thinh lặng cô liêu trong cõi riêng tây. Hiện tiền chảy và trôi vô tận trước sau… Âm sắc cất lên Tiếng Nói, thổi hồn vía vào Chữ, đọng lại, hòa âm, tan và bay đi thành Thơ. Thế nhưng mà… Ấy tuy nhiên…

Thơ?
Câu hỏi đã từ rất lâu, không lời vọng lại hồi đáp.
Câu trả lời vẫn còn im lắng, ngất xanh trong những giấc mộng dị thường.
Thơ?
Tiếng nói trong trẻo, trong veo nhất của Con Người trên trần gian nầy. Có phải như vậy chăng?
Cuối thu, một cánh chim vừa vút bay trên khung trời cao rộng. Tiếng hót vừa rơi theo chiếc lá khô.

"Năm Chữ Ngàn Câu," nếu được trao gửi đến Bạn một ngấn lệ mừng, một nụ cười an lạc hay một niềm bi mẫn, cảm ngộ, cảm ứng, dù rất mong manh, thoáng qua… cũng chính là một ân sủng, hạnh phước lớn cho kẻ mẫn-thinh-mẫn-thơ nầy vậy!

Cảm tạ hai người con gái, hai người bạn nhỏ rất mực thương yêu, quí trọng của ba, Nguyễn Nguyệt Quế và Nguyễn Quế Phương! Hai con là nguồn an ủi và niềm rung động bất tận của đời ba.

Nguyễn Lương Vỵ
Calif., cuối Thu 2014.

NĂM CHỮ NGÀN CÂU

Hỏi cái Mình ngồi đó
Có nhớ cái Ta xa?
Chợt quên rồi chợt nhớ
Thảng thốt giọt lệ sa.

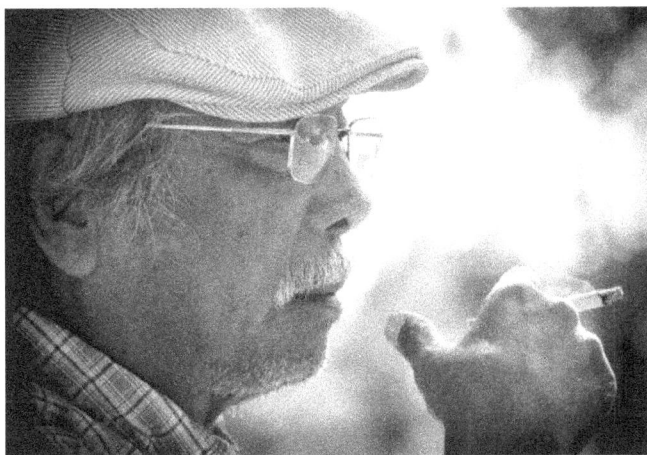

TỰ HỎI TỰ ĐÁP

I.

Vì sao ghiền mần thơ?
Mần thơ là mần thinh!

II.

Nay còn ghiền chi nữa?
Ghiền mần-thinh-mần-thơ!

III.

Chết có cần bia mộ?
Cười sặc máu trời xanh!

09.05.2014
(Sinh nhật lần thứ 62.)

ĐỌC THƠ TRẦN NHÂN TÔNG

Tặng Tô Đăng Khoa

Câu Có với câu Không
Đâm đầu vô chết chắc
Buông bỏ hết Có - Không
Thấu thực tánh vạn pháp.

02.2014

Ghi chú: Trần Nhân Tông (1258-1309) là một trong những vị vua anh minh nhất trong lịch sử Việt Nam. Ngài được xưng tụng là Phật Hoàng, sáng lập Thiền phái Trúc Lâm Yên Tử. Bài thơ Hữu Cú Vô Cú (Câu Có Câu Không) của Ngài giống như một công án Thiền, có ý nghĩa rất thâm diệu, đầy tính ẩn dụ, khuyên chúng ta phải vượt lên ý niệm, trí phân biệt Có và Không để thể nhập được Thực-Tại-Hiện-Tiền, tức thực tánh của vạn pháp (Phật tánh.)

TẶNG CƯ SỸ NGUYÊN GIÁC
PHAN TẤN HẢI

Suốt đời làm công quả
Dịch kinh và dịch thơ
Vuốt trán, âm sáng lóa
Đại nghi mới hết ngờ.

02.2014

TẶNG THI SỸ TÂM NHIÊN

Lang bạt cũng là Thiền
Rong chơi cũng là Thiền
Nhớ bạn, vui với Chữ
Thương bạn, niệm chư thiên.

02.2014

TẶNG NHÀ VĂN LÊ LẠC GIAO

Nhắc một thời điêu linh
Thời nay kinh khiếp nữa
Càng ngẫm càng rùng mình
Cái ác hết thuốc chữa?!

02.2014

(Nhân đọc tập truyện Một Thời Điêu Linh của nhà văn Lê Lạc Giao.)

TẶNG THI SỸ LÊ GIANG TRẦN

Mộng ban ngày nhớ em
Mộng ban đêm nhớ bạn
Mộng em thì phát thèm
Mộng bạn thì… xả láng.

09.2014

TẶNG THI SỸ NGUYỄN HOÀNG NAM

Chửi thề một đôi câu
Nghe khô ran cuống họng
Đời nay ồn phát rầu
Bỗng dưng thích nói ngọng.

09.2014

TẶNG NHẠC SỸ TUẤN KHANH

Xưa, *Trả Nợ Tình Xa (*)*
Nay, trả nợ tình gần
Dân đen đang khổ nạn
Muốn trả thì chung thân!

10.2014

(*) Bản nhạc rất nổi tiếng của nhạc sỹ Tuấn Khanh.

TẶNG CHIÊM NƯƠNG TRÀ TRANG

Chiêm nương về cổ tháp
Ta có về thăm không?
Trăng hồng thơm ngát ngực
Cho ta thơm ngát lòng.

10.2014

TẶNG NỮ SỸ NGỌC SÁNG

Thưa nữ sỹ Ngọc Sáng
Bên trời kia ngủ chưa?
Mộng tràn hay mộng vừa
Mà phố reo Ngọc Sáng!

10.2014

TẶNG EM TRAI NGUYỄN LƯƠNG ĐỨC

Thọ mệnh mà vui sống
Như uống một tách trà
Ngồi nghe hết bao la
Tấc lòng thơm nắng ấm.

10.2014

TẶNG CON GÁI NGUYỆT QUẾ

Thơ chẳng buồn chẳng vui
Lui cui thương nhớ Chữ
Chữ thành Thơ mỉm cười
Còn mong gì nữa chứ!

10.2014

Ghi chú: Một hôm, con gái Nguyệt Quế ở tiểu bang khác về thăm.
Trong lúc đang uống cà phê, ăn sáng, con gái nói:"Thơ ba hay nhưng
buồn quá! Ba bớt buồn đi."

TẶNG TA - MÌNH

Hỏi cái Mình ngồi đó
Có nhớ cái Ta xa?
Chợt quên rồi chợt nhớ
Thảng thốt giọt lệ sa.

11.2014

MÙA GIÁP HẠT

Tặng Mi Vân

Ngày rớt qua kẽ tay
Tháng rơi theo bóng ngày
Nghe năm cùng tháng tận
Nhìn bóng lửng hình lay
Sắc màu im lắng nở
Âm vang nín lặng bay
Là lúc mùa giáp hạt
Em rớt qua kẽ tay.

10.2014

(Nhân đọc một câu ghi trên Face Book ngày 25.10.2014 của MiVan Løvstrøm: "Lørdag.... nửa đời người hối hả.... tháng rơi, ngày rớt qua kẽ tay...")

ĐÊM TƯỢNG TRƯNG

Tri âm, ta có đêm
Đêm mềm như lưng em
Lưng em mềm nắng lạ
Nắng lạ ướt lưng mềm
Đêm phơi ngực gió hú
Em rướn mình âm rên
Rên cho thơ chuyển dạ
Để tưng bừng suốt đêm.

10.2014

TIẾNG HÁT MUÔN THU

Tặng thi sỹ Trịnh Y Thư

Muôn thu thơm tiếng hát
Thơm ngất vàng âm nhạc
Nhạc ứa mật ngất xanh
Âm cầm dương tạnh ngát
Tiết thu phân hòa thanh
Huyệt mộ phần phơi xác
Niệm một niệm long lanh
Bông trời bung hết nhạc.

10.2014

ÂM CUỐI THU

Chiêm bao màu nắng lụa
Hửng sáng ửng một đóa
Cúc vàng đang ngậm sương
Tóc bạc vừa níu gió
Câu thơ hẹn cuối đường
Nét nhạc rung song cửa
Hỏi ta vui hay buồn?
Theo nắng sáng xuống phố!

10.2014

HƯƠNG CỔ THI

Dịch xong câu thơ cổ
Mừng rơn hơn trúng số
Tiếng chuông rơi ấm vai
Gió thu bay lạnh cỏ
Cỏ hát ngát một bài
Chữ réo vang ngàn mộ
Mộ ta xưa, trăng cài
Đóa em ngân biếc lá.

10.2014

Ba cha con. California., tháng 12 năm 2012

NÓI VỚI CON

Nguyễn Nguyệt Quế và Nguyễn Quế Phương

Mừng con còn nhớ ta
Rồi ra bóng đời nhòa
Nhúng ướt một dấu chấm
Bay vèo vài âm A
Trao một hớp lạnh ấm
Gửi mấy ngụm gần xa
Mai kia hồn sẽ ngấm
Trần gian A A A…!!!

10.2014

HA HA HA!

Sá chi cái trong mờ
Ta chui vô mần thơ
Thơ đỏ lơ con mắt
Đời líu lo cái lờ
Chuyện gì rồi cũng sặc
Điều chi rồi cũng đơ
Mần thơ là sướng nhất
Nghe đất trời nhỏ to.

10.2014

HÀ HÀ HÀ!

Cho ta hôn búp nguyệt
Búp rất nõn rất tuyệt
Rưng rưng như cổ thi
Rướm rướm tợ tinh huyết
Lún phún nguyệt dậy thì
Lâm thâm em mở huyệt
Huyệt xướng âm hóa nhi
Hèn chi Thơ nín hết!

10.2014

HỎI THỬ VẬY THÔI

Sắp đến giây phút cuối?
Ta nằm nhắm mắt nuối
Thở hắt, hồn vía bay
Lìa đời, thân xác thối
Kiếp này trả nợ rồi
Kiếp sau lau nắng mới
Tha hồ mà rong chơi
Cốt tro bay không tuổi!

10.2014

TỪ ĐƯỜNG

Kính nhớ ông Nội - Nguyễn Lương Tri.

Liễn đối nhòe nét chữ
Thăm từ đường đọc thầm
Nắng reo ngoài hàng dậu:
"…kế thế thiệu thư hương" (*)

Nén nhang cong vệt khói
Hẳn người đã ấm lòng
Từ đường rêu xanh ngói
Năm tháng hỏi gì không?!

Ông Nội dạy mần Thơ:
"Niêm vần gieo trật lất
Chữ què quặt dật dờ
Thì Thơ sẽ chết mất!"

Phong sương nhiều đã thấm
Lời Nội lắng trong hồn:
"Chữ - Ơn đời sâu thẳm
Thơ - Lộc trời cho con!"

Liễn đối nhòe nét chữ
Chao nghiêng một bóng hình
Nội về mà chẳng nói
Từ đường cũng lặng thinh.

02.2012

Ghi chú: Trong nhà từ đường tộc Nguyễn Lương, ở làng Quán Rường –
Tam An, Tam Kỳ - Quảng Nam, có câu đối liễn, do ông Nội tôi, Nguyễn
Lương Tri viết:

先祖千秋承祀典

Tiên tổ thiên thu thừa tự điển

(Tổ tiên ngàn đời nối tiếp thờ cúng.)

兒孫繼世紹書香

Nhi tôn kế thế thiệu thư hương

(Con cháu đời đời tiếp nối dòng dõi có học.)

Mẹ và con. Quán Rường, tháng 2 năm 2011

NẮNG XUÂN PHÂN

Nghe Mẹ già kể chuyện
Năm tháng về cười rân
Sân rướm nắng xuân phân
Mèo mun cong đuôi vẫy

Bông mặt trời vàng áy
Tóc sương pha chiều ngân
Nhớ quên mẹ đâu cần
Chỉ cần con ngồi đó

Mắt xa xăm mờ tỏ
Con về là Mẹ mừng
Nắng xuân phân rưng rưng
Vai gầy thêm tuổi hạc

Chèo bẻo ngoài vườn hót
Khói nhang trong nhà bay
Con đặt nhẹ bàn tay
Trên vai gầy thương quá

Kể chuyện nữa đi Mẹ
Chuyện chi con cũng nghe
Chuyện chi mô rứa hè
Giọng Quảng Nôm giòn rụm…

02.2012, hiệu đính 09.2014

THĂM MỘ ÔNG NĂM SẠN
Ở QUÁN RƯỜNG

Ra gò Chùa thăm mộ
Ông Năm Sạn nằm đây
Lá tre khô nhẹ bay
Nắng xế trưa bay nhẹ

Đời ông, nông dân rặt
Chữ nghĩa, sần chân tay
Giọng nói thiệt như đất
Tâm tánh sáng như ngày

Ông dạy ta câu cá
Ông dạy ta giữ bò
Nghe giông và ngóng gió
Biết nắng nhỏ mưa to

Ông cười hiền như Bụt
Ông ngồi buồn như ma
Tuổi già, thân côi cút
Chỏng trơ, bếp xót xa

Thằng bé năm xưa ấy
Nay trở về thăm Ông
Thắp nén nhang ba lạy
Nắng xế trưa chạnh lòng.

Quán Rường, 02.2012

THĂM SƠN NÚI Ở BẢO LỘC

Mười chín năm gặp lại
Sơn Núi vẫn ngon lành
Banh miệng khè một cái
Chào nhau hoa lá cành

Cỏ ướt *Đêm Nguyệt Động*
Mướt rượt hết lông măng
Tịnh Khẩu mà rúng động
Hột / Thì / Le… buốt trăng

Hớp hết gió cô độc
Quái kiệt ngửi đất trời
Thúi thơm đều vỡ óc
Trong tiếng khóc muôn đời

Chay tịnh mà nói tục
Thơ thần mà chửi um
Chánh hiệu ba la mật
Chẳng biết đâu mà lần

Thôi thì mần một phát
Vỗ vai cười thiệt to
Quán vắng không vặn nhạc
Chào nhau cười thiệt to...

07.2012, hiệu đính 08.2014

Ghi chú: Sơn Núi (Thi sỹ Nguyễn Đức Sơn,) sinh năm 1937 tại làng Dư Khánh, tỉnh Ninh Thuận, gốc Thừa Thiên – Huế. Ông là quái kiệt của thi ca miền Nam. Những tác phẩm thơ đã xuất bản: Bọt Nước (1965,) Hoa Cô Độc (1965,) Lời Ru (1966,) Đêm Nguyệt Động (1967,) Tịnh Khẩu (1973,) và rất nhiều thơ chưa công bố. Hiện Sơn Núi đang sống ở Bảo Lộc, Lâm Đồng.

Những chữ in nghiêng trong bài thơ là tên các tập thơ và thơ của Nguyễn Đức Sơn.

CHIỀU UỐNG RƯỢU
VỚI VÕ CHÂN CỬU Ở BẢO LỘC

Trước hiên nhà là suối
Phía xa là núi mờ
Chiều mát lạnh càng khoái
Rượu với bạn chung vui

Thu đã nhuốm hơi gió
Tuổi đã điểm vết nhăn
Thơ văn chưa dứt nợ
Vẫn tào lao nhì nhằng

Biển Qui Nhơn ngày cũ
Trăng Sài Gòn đêm xưa
Tắc kè trên gác trọ
Bóng nhỏ dưới hiên mưa

Ót một cái cho ấm
Nhón một miếng cho nồng
Trọn một đời tình bạn
Đau đáu nắng hư không

Mai ta đi lầm lũi
Bạn ở lại lầm lì
Núi mờ kia với suối
Ngó mông mà nhớ nhau…

07.2012, hiệu đính 08.2014

TRỞ LẠI ĐÀ LẠT

Tặng nghệ sỹ Phước Khùng (MPK)

Lạ lẫm đồi và phố
Cà phê Tùng còn đây
Sáng sớm quán thưa khách
Nhạc liu riu mà hay

Bạn cũ giờ vắng hết
Đứa chết đứa biệt mù
Đồi Cù thành sân goft
Còn ta thành thằng khù

Khù thì ngắm các em
Các cô và các chị
Chân hắt bóng qua thềm
Ngực rung theo nắng xế

Phước Khùng rủ uống bia
Nghiêng máy chụp vài tấm
Lang bạt gặp kỳ hồ
Bấm bấm bấm bấm bấm

Rót bia hay rót chiều
Sủi tăm mong với ngóng
Mái Tây mây bay nhiều
Hát nghêu ngao tìm bóng.

07.2012, hiệu đính 08.2014

GẶP LẠI THI SỸ TRẦN XUÂN KIÊM
Ở SÀI GÒN

Trẻ hơn tuổi bảy ba
Thi sĩ cười hào sảng:
Vui với các em nha
Tối về nằm hú mộng!

Các em quá điệu nghệ
Khui bia chào các anh
Già mà ham quá ể
Các em đẹp thập thành

Thập thành nhìn thất thập
Thất thập ngó thập thành
Thi sĩ hôn cái chụt
Trên bàn tay búp măng

Ôi môi người thôi hồng *(*)*
Môi xưa xa quá lắm
Câu thơ còn lạnh không?
Trời Blao mặn đắng

Cười rồi trầm ngâm uống
Uống rồi nhẹ nhàng rằng:
Nàng đã theo mây trắng
Nương bóng Quán Thế Âm…

07.2012, hiệu đính 08.2014

(*) Thơ Trần Xuân Kiêm:
Ôi môi người từ nay thôi hồng
Gió cũng trầm hương tóc thôi hong
Mai sau thoảng nhớ mây vườn cũ
Ta yêu người bằng mối tình không…

THU TỲ BÀ

Ô hay buồn vương cây ngô đồng
Vàng rơi! Vàng rơi! Thu mênh mông.
(Tỳ Bà - Bích Khê)

Thu vang âm tỳ bà
Âm vang xa vang xa
Xa xôi A xa xăm
Mong ai nơi quê nhà

Quê nhà hoa vàng lay
Thu gầy trên đôi tay
Tay ngà A hoa âm
Âm hoa dâng triều ngày

Vàng lay âm vàng rơi
Thu ơi xin đưa lời
Lời hoa A so dây
Dây vang ngân tơ trời

Trời thu rơi sương thu
Ta ngồi nghe đàn ru
Tỳ bà A tơ trời
Rơi rơi rơi đàn thu

Thi nhân tri âm đàn
Đàn tan theo thơ tan
Thấm hết nắng cố xứ
Mênh mông A mênh mang...

10.2014

Chú thích: Bích Khê (1916-1946), tên thật là Lê Quang Lương; là một thi sĩ lừng danh của Việt Nam thời tiền chiến. Thơ Bích Khê đẹp kỳ ảo và đầy tính tượng trưng. Ngoài bút hiệu Bích Khê, ông còn ký bút hiệu Lê Mộng Thu khi sáng tác thơ Đường luật.

ĐÓA TÂM THU

Tặng em tôi, Nguyễn Thị Kiều Trinh

Có mùa thu tái xanh
Em ta chưa đầy tháng
Người cha đến đặt tên:
Kiều Trinh, rồi đứng lặng

Thu tái xanh rồi trắng
Trắng vỡ òa thế sao?
Người cha như muốn nhắn:
Kiều Trinh, vẹn tình đầu

Tình đầu rung ý biếc
Rung vàng ánh trăng non
Người vợ nhìn tha thiết:
Kiều Trinh, tình mãi còn

Ôm con thơ không nói
Cầm tay vợ không lời
Thu tái xanh không hỏi
Trắng vỡ òa vậy thôi

Bốn mươi chín năm qua
Một kiếp người oan nghiệt
Em ta mắt lệ nhòa:
Thưa cha! Cha rất tuyệt!!!

10.2014

MẤY BẬN THU PHAI

Cặm cụi dịch Ức Trai
Thu phai đà mấy bận
Lá lay hay mộng lay
Người đã xa xa lắm

Đêm lạnh không tiếng dế
Chỉ có tiếng thạch sùng
Tiếng trời là tiếng gió
Cửa sổ khép hờ rung

Đời nay đâu có khác
Cái ác vẫn hoành hành
Giả danh và thâm độc
Bạo quyền còn nhe nanh

Thương tâm dân kiệt máu
Đất nước phải còi xương
Đọc người xưa càng thấu
Đám vua quan bất lương

Hồn quê trong mỗi chữ
Thơ Ức Trai sáng trưng
Cặm cụi ngồi dịch mãi
Để học và nhớ ơn.

09.2014

Ghi chú: Ức Trai là tên hiệu của đại thi hào Nguyễn Trãi (1380 – 1442.)
Ức Trai Thi Tập là tập thơ chữ Hán của Nguyễn Trãi.

MÀU NẮNG CŨ

Tặng em tôi, Nguyễn Thị Tâm Ấn.

Tuổi rưỡi mới tập nói
Cha bức tử về trời
Em gái út biếng chơi
Và hay đòi mẹ ẳm

Hình như trên xanh thẳm
Hồn cha còn quẩn quanh?
Đèn leo lắt tàn canh
Nhìn con đang mớ ngủ

Em gái út chẳng nhớ
Lần cuối cùng Cha ôm
Trên má ấm nụ hôn
Lần cuối cùng vĩnh biệt

Tháng năm xa thầm nhắc
Màu nắng cũ thân quen
Và leo lắt ngọn đèn
Cha vẫn còn bên cửa

Em gái út chẳng nói
Mắt chớp nhanh cúi đầu
Nửa thế kỷ lắng sâu
Mắt chớp nhanh theo nắng.

10.2014
(Hội ngộ em gái út Nguyễn Thị Tâm Ấn du lịch Hoa Kỳ.)

PHẢI VẬY KHÔNG?

Cuối đời càng lắm mộng
Đêm về mộng am mây
Ngày ủ trong lòng tay
Ngát thơm chùm bông dại

Mộng ngày quên hỏi lại
Chùm bông dại bay rồi
Lòng tay vắng tiếng trời
Biết làm sao gặp được!

Trăng non còn ngấn nước
Chùm bông dại chập chờn
Lòng tay rộn tiếng đờn
Tạ ơn em ứng mộng

Ngửa mặt hớp một bóng
Bóng ngày xâu bóng đêm
Bóng ta ôm bóng em
Mộng đời nghiêng hết nắng

Cuối đời nghe đăng đắng
Nhịp ly tan khôn khuây
Lắm mộng thì có ngay:
Tiếng cười vang sau ót!!!

11.2014

TRƯA Ở CHÙA LINH ỨNG

Tặng em trai Nguyễn Lương Việt

Quán Thế Âm trắng lóa
Dưới bầu trời xanh lơ
Dấu chân ai bơ vơ
Đi về đâu chẳng biết
Đứng im nghe náo nhiệt
Sinh linh hát trên cao
Tượng La Hán huyết trào
Đá reo năm tháng cũ

Đỉnh núi vang tiếng hú
Cháy khát hồn thiếu niên
Dấu chân ai ngất điên
Đi về trưa ngất bóng
Mái chùa tung bọt sóng
Chiếc lá chớp mắt nhìn
Khách lạ đứng nín thinh
Cúi nhặt vài âm lạ

Quán Thế Âm trắng lóa
Phố xa nhòe chiêm bao
Núi gần nhòa nếp chau
Âm xưa sau rát ngực
Một thời kinh sáng rực
Đóa nguyệt quế nghiêng mình
Thương câu thơ trắng tinh
Nằm ngủ vùi trong nắng…

Chùa Linh Ứng – Đà Nẵng, 12.02.2014

ĐÊM THẢ BỘ MỘT MÌNH
TRÊN PHỐ SÔNG HÀN

Đêm rơi khô chiếc lá
Thả bộ một mình ên
Phố sông Hàn gọi tên
Chào nhau lâu quá hỉ!
Đã non nửa thế kỷ
Lão Vy vẫn lơ ngơ
Ghiền nặng chuyện mần thơ
Chẳng biết mần chi hết

Xa nhau, sông nào biết
Thương nhớ lắm cầu tàu
Thường nhảy ùm lặn sâu
Sặc một vài ngụm nước
Mồ côi nên ngỗ ngược
Lăn lóc kiếm miếng ăn
Chửi thề ba lăng nhăng
Đêm nằm co khóc hận

Thả bộ đếm lận đận
Ngó lên thấy lao đao
Phố vắng lại tiếng rao
Bước theo đèn hắt bóng
Mái khuya dội tiếng sóng
Hồn ta vang tiếng đời
Lượm viên sỏi hà hơi
Thương lắm! Xin đừng khóc.

Đà Nẵng, 02.2014

TÌM BÓNG CỤT ĐẦU

Để nhớ con-ma-ta mười bốn năm trước ở Sài Gòn.

Sài Gòn bụi và ồn
Kèn xe ngang với dọc
Nghe inh tai nhức óc
Hẹn gặp quán cà phê
Bạn cũ cười hề hề
Tóc lốm đốm bạc hết
Thăm hỏi không biết mệt
Rồi nhắc Đất Phương Nam [*]

Quán dăm mạng một bàn
Bia ngon và rượu bảnh
Cụng ly tiên với thánh
Phàm với tục lu bù
Ta lỡ quên căn tu
Nên cũng sùi bọt mép
Gõ nhịp sầu lép nhép
Phả hơi men lè nhè

Sài Gòn người và xe
Vỉa hè đốt một điếu
Ngã tư búng một điệu
Bolero xé lòng
Trăng xanh câu hát rong
Hay là nắng khuya rụng
Làm ơn cho ta cụng
Bóng ta xưa cụt đầu!!!

Sài Gòn, 02.2014

(*) Tên một quán bia ở quận 3, Sài Gòn, nơi anh em bằng hữu thường hẹn.

HÁT KHẼ BÊN MỒ

I.

Về đứng bên mồ em
Hình như em đi vắng
Hình như bông huệ trắng
Đang gọi bóng mây xa
Hình như em lướt qua
Hình như thây ma khóc
Dưới mồ chưa khô tóc
Trên đời còn ướt màu
Á đù em đi đâu
Trong ta vang tiếng rú

Cơn điên vô sở trú
Cơn điên vô sở cầu
Câu thơ bầm huyết đau
Câu thơ trào huyết nhớ
Mộ còn xanh hơi thở
Trưa còn thắm chiêm bao
Mây trắng bay trên cao
Hay em là mây trắng?!
Cơn điên gào thinh vắng
Cơn điên hờn đời điên…

II.

Về đứng bên mồ em
Nắng rền trên lá cỏ
Nghĩa địa rền ngất gió
Vút cánh én kêu thương
Lập xuân trên đồi nương
Con bò già cúi mặt
Vườn xưa chưa kịp nhặt
Tiếng khóc thuở ban đầu
Á đù âm trời sâu
Ta nghe đời lạnh cóng

Tuổi thơ cha khuất bóng
Tuổi già mẹ khóc con
Ta gặm câu thơ mòn
Chữ vô hồn vô nghĩa
Khói nhang rưng mộ địa
Em bay đi xa rồi
Trời đất vốn mồ côi
Vốn mịt mù huyễn mộng
Tiếng ma tru bi thống
Hay tiếng em gọi ta?!

III.

Về đứng bên mồ ma
Đáp lời sau tiếng gọi:
Điêu linh trọn một gói
Em mang theo cho vui
Kiếp người trọn một nùi
Em mang theo đỡ nhớ
Trời cao kia ấm ớ
Đất thấp kia ỡm ờ
Á đù đời bơ vơ
Xin chào người với ngợm

Khóc em lệ chẳng rớm
Mà sao đắng hết lời
Mà sao khô hết môi
Cúi đầu nghe cỏ hát
Hăm mốt ngày thịt nát
Băm tám năm điên tàn
Điên vì thời dã man
Vì bầy đàn chủ nghĩa
Vịn mồ em hú vía
Mong em bay thật xa…

Quán Rường, 21.01.2014

Ghi chú: Cúng thất 21 ngày, em trai Nguyễn Lương Nhựt, tuổi Giáp Ngọ (1954), nguyên sĩ quan QL/VNCH, Sư đoàn 7 bộ binh (khóa 7/73 Thủ Đức.) Bệnh tâm thần phân liệt từ 1978, từ trần ngày 31.12.2013.

SÔNG KHÓC

I.

Sông trôi nghe sông khóc
Ta đi nghe ta trôi
Một chút nắng xa xôi
Chân dung người khuất mặt
Sông khóc âm trong vắt
Mạn thuyền im vết thương
Dấu môi lạnh dấu hương
Dấu chân tìm tuổi dại
Sông khóc chiều xám mái
Chiều ngồi ngắm biệt ly

Ta trôi nghe ta đi
Choàng vai năm tháng cũ
Lá khô rơi tiếng hú
Chiều xa động đáy mồ
Nam Ô trăng héo khô
Nhớ màu sương Liên Chiểu
Lá khô bay chợt hiểu
Chiều bạc tóc lâu rồi
Sông khóc nghe sông trôi
Ta đi nghe ta khóc…

II.

Sông trôi ghìm tiếng nấc
Phố đứng ngồi trong ta
Gờn gợn đáy trời xa
Soi hình ma bóng quế
Sông khóc chi nhiều thế
Nước tự nguồn về xuôi
Xa lắm đã xa rồi
Mắt xanh hồn đá cuội
Sông khóc niềm thống hối
Chiều đỏ âm biệt ly

Tuổi dại đã bay đi
Dấu hương tìm đâu thấy
Thương tâm cành khô gãy
Mùa chiêm bao âm thầm
Chiều gọi chiều sương câm
Cầm tay chiều Đà Nẵng
Cây già nua nín lặng
Đời nháo nhác mù khơi
Sông khóc nghe nước trôi
Ta đi nghe ma khóc…

III.

Sông trôi niềm cô độc
Ta đi nghe nát tan
Tro bay hay thời gian
Ngủ vùi trong giọt nắng
Mạn thuyền đời im vắng
Chiều rơi theo dấu chân
Trắng quá mây Hải Vân
Dấu môi người ngất lạnh
Mạn thuyền im ngất tạnh
Đáp lời em sông ơi

Chiều rơi rơi rơi rơi
Sông trôi nghe sông khóc
Ta đi nghe ma đọc
Búng huyết tuyệt bi âm
Chiều trầm trầm trầm trầm
Chùa xa chuông thở nhẹ
Cây già nua nhắc khẽ
Sông khóc nghe sông trôi
Đáp lời em sông ơi
Ta đi nghe ta khóc…

Đà Nẵng, 02.2014 – Bolsa, 03.2014

KÈN MA THÁNG TƯ

Tặng nhà văn Cung Tích Biển

I.

Đống xương đen pha xám
Giọt sữa mẹ khô rồi
Âm liếm hết xa xôi
Mùi nhân gian tê lưỡi
Kèn ma xám rã rượi
Ruột gan bầm điêu linh
Âm liếm hết u minh
Rùng mình lời huyết dụ
Phải đâu tan với tụ
Giọt sữa mẹ thất thanh

Âm liếm hết đời tanh
Huyệt mù tê buốt óc
Phải đâu cơn gió thốc
Giọt sữa mẹ câm rồi
Người giết người đấy thôi
Mắt tre già trợn ngược
Phải đâu âm máu ướt
Giọt sữa mẹ cạn rồi
Oán thù vẫn chưa nguôi
Tiếng gào trong hộp sọ…

II.

Đống xương đen ngún gió
Bầm âm chiều đưa tang
Đất cần un khói nhang
Ngậm ngùi đời rách ngực
Kèn ma rêm lá mục
Gốc rạ réo hương màu
Âm liếm hết thương đau
Gò tranh nằm nhớ núi
Phải đâu xương hờn tủi
Giọt sữa mẹ lưng tròng

Âm liếm hết nhớ mong
Huyệt mù neo bóng quạ
Phải đâu âm máu đá
Giọt sữa mẹ chìm sâu
Khăn tang bay đi đâu
Rừng lau im mộ gió
Phải đâu âm máu đỏ
Giọt sữa mẹ bầm đen
Màu sử lịch khó quên
Tiếng gào trong hộp sọ…

III.

Đống xương đen loang lổ
Kèn ma sa mưa giông
Âm liếm xương đứng tròng
Nghe trời tru thống thiết
Mà đất nào đâu biết
Mà đời nào đâu hay
Âm liếm xương òa bay
Tanh nồng lời oan nghiệt
Âm bay âm bay miết
Chiều nghiến răng trên cao

Mắt núi đá nhương sao
Mắt người chưa kịp khép
Kèn ma trôi điệp điệp
Kèn ma trôi trùng trùng
Âm liếm xương tận cùng
Hiện hình chiều bức tử
Đống xương đen máu ứ
Giọt sữa mẹ nghẹn ngào
Kèn ma hay tiếng rao
Tiếng gào trong hộp sọ…

04.2014

Ghi chú: Nhà văn Cung Tích Biền, tên thật Trần Ngọc Thao. Sinh ngày 08.02.1937. Quê quán: Thăng Bình, Quảng Nam.

Ông là một nhà văn độc lập, đã có truyện và thơ đăng trên các báo miền Nam từ 1958, với nhiều bút hiệu lúc ban đầu như: Chương Dương, Việt Điểu, Uyên Linh.

Bút hiệu Cung Tích Biền xuất hiện lần đầu tiên tên tuần báo Nghệ Thuật (tháng 3-1966) tại Sài Gòn, với truyện ngắn "Ngoại Ô Dĩ An và Linh Hồn Tôi." Ông đã có rất nhiều tác phẩm giá trị đăng trên hầu hết các nhật báo, tuần báo, tập san văn học nghệ thuật trước 1975 tại Sài Gòn. Sau 1975, ông vẫn tiếp tục viết với bút lực rất sung mãn. Một số tác phẩm văn học đã được chuyển ngữ hoặc in ở nước ngoài như: Thằng Bắt Quỷ (NXB Tân Thư, Hoa Kỳ 1993,) En Traversant le fleuve (in chung, Edition Philippe Picquier, Paris, 1998.) Hiện nay, ông đang sống và viết tại Sài Gòn.

Bài thơ nầy được viết ra, sau khi đọc tập truyện "Xứ Động Vật Màu Huyết Dụ" của nhà văn Cung Tích Biền.

KHÔNG ĐỀ I

I.

Nhảy qua một giấc mộng:
Nhảy qua một bầu trời
Giấc mộng thì nửa vời
Bầu trời thì lộn ngược
Nhảy qua đời sẩy bước
Úp mặt soi vết thương
Thấy ở cuối con đường
Cầm dương bay áo đỏ
Nhảy qua một trận gió
Gió ôm chân thời gian

Áo đỏ ngất âm đàn
Đàn tan theo giấc mộng
Nhảy qua một chiếc bóng
Bóng ngã theo biệt ly
Kẻ ở gọi người đi
Dã quỳ vàng ngất máu
Nhảy qua một tiếng sáo
Sáo buốt lóng xương mây
Thì ra là mộng đầy
Giấc mộng trốn trong mộng!!!...

II.

Dậy sớm còn vang mộng:
Đất lạ nhòe câu thơ
Mắt mở nhòe phút giờ
Kẽ tay rơi dốc nắng
Á đù đời im vắng
Lau nỗi nhớ xa xôi
Lau hình em xa vời
Cánh buồm nâu xa lắc
Á đù đời im bặt
Câu thơ ướt sắc màu

Trốn trong mộng tìm nhau
Bạc đầu thương cánh vạc
Á đù đời ruỗng nát
Tắc kè kêu đá xanh
Trốn trong mộng không đành
Gặm câu thơ khổ lụy
Á đù đời khách khí
Đãi bôi nhau dấu than
Thì thôi chấm xuống hàng
Gặm câu thơ gò đống…

III.

Ngáp một cái ứng mộng:
Đất lạ tóc rối tung
Gặm câu thơ khật khùng
Tim rung âm áo đỏ
Ngáp một cái nghe rõ
Mộng còn vang quai hàm
Ngàn trùng vẫn còn ham
Bật que diêm mồi lửa
Điếu thuốc ngún một nửa
Tàn thuốc chưa chịu rơi

Câu thơ rất chịu chơi
Gặm hoài chưa hết nắng
Gò đống bay quá trắng
Đồi núi bay quá xanh
Biển hồn ta quá tanh
Chẳng biết vì sao vậy
Ngáp một cái đứng dậy
Lẩm bẩm tự nhủ mình
Cứ gặm cho tận tình
Mộng hết trốn trong mộng!!!…

04.2014

KHÔNG ĐỀ II

I.

Vuông đen ai thức trắng
Cho ta thức với nghen
Đâu cần chi ngọn đèn
Có trời quen soi tỏ
Vuông đen thin thít gió
Vĩ cầm ướt mượt lông
Tơ giăng đợi tiếng cồng
Ta ngồi trông địa phủ
Vuông đen nhú tuyệt cú
Một âm dòn nắng mưa

Đủ cho câu hát xưa
Ngồi bên nhau chuyện vãn
Vuông đen ai khổ nạn
Cho ta khổ với nghen
Đừng hỏi han lạ quen
Đừng truy tầm dâu biển
Vuông đen cười không tiếng
Ta chép miệng không màu
À ha biển với dâu
À ha đen với trắng!!!...

II.

Khuya chồng lên khuya vắng
Thức trắng cùng vuông đen
Mùa bi âm đá lèn
Vết thương tâm chưa tạnh
Chẳng riêng ai cô quạnh
Ai kia quạnh lắm không
Mùa bi âm ngô đồng
Vết thương tâm chưa dứt
Chẳng riêng ai buồn thức
Ta đã thức lâu rồi

Mùa bi âm trùng khơi
Vết thương tâm hóa đá
Chẳng riêng ai khách lạ
Ta nhớ quá nên quên
Biển dâu là tuổi tên
Tang điền quên là nhớ
Khuya tan trong khuya vỡ
Hương quỳnh bay đi đâu
À ha biển với dâu
À ha đen với trắng!!!...

III.

Trời quen hơi quen tiếng
Vuông đen quen chưa ta
Dấu hỏi trắng tinh ma
Đáp một lời trắng lóa
Tri âm trao một đóa
Mời ai kia mở lòng
Tình càng lắc càng đong
Càng đầy hồn viễn xứ
Tri âm trao gót lữ
Mời ai kia đi cùng

Biển dâu là nắng rung
Trùng sinh là mưa rụng
Tri âm trao tay cụng
Mời ai kia nhấp môi
Ngấn tích của muôn đời
Ngấn lệ trào chưa cạn
Trắng tinh ma nhớ bạn
Thức trắng xâu ngàn thâu
Khuya chồng lên khuya sâu
Biển-dâu-đen-với-trắng...

04.2014

KHÔNG ĐỀ III

I.

Dậy sớm chào ngày sanh
Mần bài thơ tự thưởng
Chụp tấm hình tự sướng
Ria mép bạc hết rồi
Ý tứ thì đi chơi
Vần vèo thì trốn biệt
Chữ nghĩa thì bay miết
Biết mần sao bây chừ
Sáu mươi hai rồi ư
Ử ừ nghe cái vụt

Ngó lên thấy cái vút
Nhìn xuống gặp cái vù
Mừng ta ngày càng khù
Tiếng cu gù ướt nắng
Lời chiêm bao văng vẳng
Giọng em cười trong veo
Suốt đời ta mang theo
Một vực sâu em tặng
Tuổi mới càng cố gắng
Quên em nhưng chưa xong!!!

II.

Nhớ em nhưng không mong
Chưa tròn một nốt nhạc
Chưa trọn một câu hát
Đã vuột mất tháng năm
Bài thơ lót chỗ nằm
Cho lưng đêm đỡ lạnh
Chiêm bao ôm hiu quạnh
Cho ngực đêm đỡ đau
Nhớ em nhưng không cầu
Không mong chi thơ dại

Con trăng non xanh tái
Con suối đã khô rồi
Tiếng cu gù vừa rơi
Đã chìm theo im vắng
Món quà em trao tặng
Một dấu lặng cuối đời
Máu mặn trên đầu môi
Chót lưỡi tê đáy vực
Tuổi mới càng cố sức
Quên em nhưng chưa xong!!!

III.

Dậy sớm chào thinh không
Chào ngày sanh tuổi mới
Giơ ngón tay vời vợi
Nhón ngón chân vợi vời
Mặc ý tứ đi chơi
Mặc vần vèo trốn biệt
Chữ ngây ngô nào biết
Nghĩa ngọng nghịu nào hay
Quên em rồi nhớ ngay
Đôi mắt buồn khôn tả

Mới hay trong buốt giá
Mới ngấm hết lời em
Chẳng biết nói gì thêm
Vì lời em trong vắt
Thưa đông tây nam bắc
Ave Maria
Nam mô đức Phật bà
Sáng lòa ơn hạnh phước
Tuổi mới vừa nhận được
Giọt nắng ướt mùa xa…

09.05.2014
(Ngày sanh lần thứ 62.)

KHÔNG ĐỀ IV

Gửi thi sỹ Nguyễn Thị Khánh Minh

I.

Gửi bạn lóng xương mây
Lót lưng ngày nằm bệnh
Đời thơ không chốn đến
Nên sá gì chốn đi
Sống chết biết mần chi
Chỉ lầm lì gặm miết
Đời thơ không trốn biệt
Réo mãi khúc cầm dương
Chữ tươi máu bông hường
Nghẹn ngào trên cổ tháp

Đời thơ không lời đáp
Tự móc mắt moi tim
Thời gian vút bóng chim
Không gian chìm tăm cá
Đời thơ không quán xá
Chữ buốt giá tủy trời
Nằm bệnh nhớ trăm nơi
Thấy bóng mình ngàn chốn
Đời thơ không lửa ngọn
Ngún mãi giấc xưa sau…

II.

Gửi bạn lóng xương mây
Đắp mình cho đỡ lạnh
Đời thơ không tung cánh
Ánh biếc đã ngàn trùng
Biển trưng bày chân dung
Dấu lệ mừng xanh thẳm
Đời thơ không yếm thắm
Tắm gội với nguồn xưa
Chút tình ru nắng trưa
Thấm vào mưa khuya khoắt

Đời thơ không buồn nhắc
Chim bắc với cành nam
Màu gió với sắc chàm
Ôi hình nhân của bóng
Đời thơ không tuyệt vọng
Thì hy vọng làm chi
Cầm dương vẫn bay đi
Khúc sầu bi rạng rỡ
Đời thơ không buồn nhớ
Chẳng buồn quên xưa sau…

III.

Gửi bạn lóng xương mây
Hẹn ngày về cổ độ
Đời thơ không tận số
Vỗ tay vô tận vui
Nuốt ực hết ngậm ngùi
Chùi lau âm viễn xứ
Đời thơ không cầu tự
Chữ đã ứa huyết trào
Mộng mị đỏ chiêm bao
Nước non hồng đất trích

Đời thơ không ngấn tích
Sấm tịch mịch rền vang
Trời cũng biết ca xang
Đất cũng rành ngâm ngợi
Đời thơ không ngóng đợi
Mà động địa kinh thiên
Lóng xương mây tất nhiên
Rất thương ta thương bạn
Đời thơ không khổ nạn
Làm sao thấu được Thơ?!...

05.2014

KHÔNG ĐỀ V

I.

Chém gió với chiêm bao
Sao bỗng trào nước mắt
Người đi đâu lặng ngắt
Đời về đâu lặng thinh
Ta tự tặng cho mình
Hơi thở sâu trong ngực
Nắng khuya đang còn thức
Ta tựa nắng thức cùng
Ngó mông lên mịt mùng
Âm trùng âm vỗ cánh

Chém gió với ngất tạnh
Sao bỗng lạnh ngất hương
Người đi đâu tang thương
Đời về đâu ngẫu lục
Ta tiễn mình biệt khúc
Mình trao ta nhớ quên
Khuya tan theo lòng đêm
Tiếng trời lanh lảnh gọi
Âm trùng âm tươi rói
Bóng ai vừa lướt qua…

II.

Chém gió với bao la
Sao bỗng òa bóng mộ
Nắng ướt trăng châu thổ
Khuya chớp mắt bình nguyên
Ta nhặt một tiếng huyền
Chiếc lá khô vừa rụng
Đọt lá non vừa búng
Tiếng hát thầm đất sâu
Nhắn gửi hồn xưa sau
Tiếng ca lừng núi thẳm

Chém gió với máu thắm
Sao bỗng ngấm xương phai
Người đi đâu mãi mai
Đời về đâu mai mãi
Ta tiễn mình tang hải
Mình trao ta lam điền
Giọng nói còn bên hiên
Nụ cười hoen viễn xứ
Vịn nắng ngửa mặt hú
Bóng ai vừa bay lên…

III.

Chém gió với bốn bên
Sao bỗng rền rực rỡ
Nắng ướt lóng lánh nở
Khuya nở theo diệu kỳ
Những chùm bông cổ thi
Rì rầm và réo rắt
Thì ra trong chớp tắt
Đã bắt nhịp cùng ta
Cổ thi đẹp như ma
Bóng quê nhà lồng lộng

Chém gió với cao rộng
Sao bỗng nhịu mất lời
Người đi đâu mặn môi
Đời về đâu tê lưỡi
Ta tiễn mình không tuổi
Mình trao ta không tên
Chỉ có ngọn cỏ biển
Rưng rưng khuya ngất gió
Chiêm bao vừa cất vó
Bóng ai như bóng ta…

06.2014

KHÔNG ĐỀ VI

I.

Đâu sắc mây năm cũ
Đâu tiếng cồng mùa xa
Hỏi như là bước qua
Những khuôn hình gió lật
Đất trời già quên mất
Trái gấc chín hừng đông
Trái mộng rộ vừng hồng
Tiếng cồng nhen ánh lửa
Sắc mây tươm máu ứa
Mẹ băng đồng sẩy thai

Con bướm gáy chiều phai
Con bò ho chiều rụng
Chiều rung tím bông súng
Đắp nấm một u hồn
Vại sành vừa mới chôn
Đứa em chưa biết khóc
Sắc mây im như thóc
Tiếng cổng lạnh như ma
Năm mươi năm trôi qua
Chiều vẫn còn rung tím…

II.

Bao nhiêu là kỷ niệm
Hình ma với bóng mồ
Xác nóng với hồn khô
Khắc ghi trong gió lộng
Đất trời già cảm động
Trái gấc chín âm vang
Trái mộng trĩu hồng vàng
Rưng rưng chân sáo nhỏ
Đứa em về đâu đó
Biết đâu là chốn nơi

Chân sáo nhỏ lưng đồi
Hồn nhiên tung dấu hỏi
Bông gòn trắng tiếng nói
Bông bụt đỏ nguồn cơn
Chiều rung một tiếng đờn
Rụng và rơi giữa ngực
Mùa xa rêm ký ức
Năm tháng đã lưng đồi
Chiều vẫn rụng và rơi
Rụng và rơi không dứt…

III.

Tiếng cồng cùng ta thức
Sắc mây cùng ta trông
Trái mộng rộ vừng hồng
Thương tâm chân sáo nhỏ
Đứa em về trong gió
Trái gấc chín lung linh
Năm mươi năm tượng hình
Mùa xa chưa tắt nắng
Tiếng đờn cò bay trắng
Hỏi như là bước qua

Chỉ tội cho lòng ta
Bước qua còn hỏi mãi
Hình ma đâu nắng quái
Bóng mộ níu âm đời
Một chút tình ấm môi
Gọi nhau cho đỡ nhớ
Âm đời chưa dứt nợ
Gọi mãi nắng lưng đồi
Chiều vẫn rụng và rơi
Rụng và rơi không dứt…

06. 2014

(Tưởng niệm 50 năm, ngày mẹ sẩy đứa em thứ 5.)

KHÔNG ĐỀ VII

Tặng ĐMC

I.

Em hóa thân ngực phố
Hay mùa thu hóa thân
Lá dương cầm đưa chân
Hoa vĩ cầm đón mộng
Như là hình là bóng
Ngước và nhìn và nghe
Như là đường là xe
Rộn và reo và réo
Như là sầu là héo
Bước và đi và trôi

Phố vẫn vậy em ơi
Lời xa vời mặn đắng
Rồi khuya về im vắng
Phố dài hơn vắng im
Em xa hơn bóng chim
Ngã ba nhòe tiếng gọi
Mộ lòng ta chợt hỏi
Phố xanh chưa hồn rêu
Cho ta xanh ít nhiều
Gối âm xưa nằm ngủ…

II.

Sonata ngợp phố
Phố ướt đẫm dư vang
Không gian tan tan tan
Chìm chìm chìm tĩnh vật
Như là môi là mắt
Sắc và màu và em
Như là tóc là đêm
Xanh và huyền và ảo
Như là mây là áo
Vườn và gió và mùa

Phơ phất mái hiên xưa
Rất hiền viên sỏi nhỏ
Giấc khuya nghiêng lá cỏ
Phố dài hơn trăng ngân
Em xa hơn dấu chân
Của một trời tuổi dại
Mộ lòng ta hỏi mãi
Phố mưa chưa hồn rêu
Cho ta hái ít nhiều
Những bông trời thương nhớ…

III.

Phố chỉ là viễn phố
Em chỉ là chiêm bao
Nhấp nháy mãi ngàn sao
Phất phơ hoài hư ảnh
Như là cây là nhánh
Ẩn và nhẫn và chờ
Như là biển là bờ
Thét và gào và sóng
Như là hình là bóng
Quán và vách và đời

Phố vẫn vậy em ơi
Những vuông trời úp mặt
Giấc khuya nghiêng đuôi mắt
Phố dài hơn nẻo quên
Em xa hơn gió lên
Khúc trầm thu xanh mướt
Mộ lòng ta ân phước
Sonata ngợp trăng
Nhắc dùm ta giá băng
Phố chỉ là viễn phố…

07. 2014

KHÔNG ĐỀ VIII

Hòa âm với Joseph Huỳnh Văn và Nguyễn Tôn Nhan

I.

Câu thơ bay đi xa
Chẳng còn ai nhớ nữa
Chiều vàng vừa khép cửa
Đêm thu khoác vai ta
Chiếc lá khô nhớ nhà
Cây im không dám nhắc
Đất lạ trầm âm nhạc
Trời quen bóng phố gầy
Hỏi thăm nhau bóng lay
Tìm tay nhau bóng vỡ

Câu thơ bay không nỡ
Để lại một dấu than
Đêm thu lạnh hồn đàn
Thì đừng than chi nữa
Cầm dương xanh gót ngựa
Thi sĩ đã về xanh
Ta dạo hồn loanh quanh
Thôi cũng đành gọi khẽ
Chiếc lá thu cựa nhẹ
Giọt lệ đã khô rồi!...

II.

Câu thơ bay đâu nơi
Đời mù sương ai biết
Cắn môi hồng ly biệt
Chớp mắt xanh biệt ly
Ngữ ngôn xanh diệu kỳ
Vì biển trời ngất máu
Máu bông hường lạc dấu
Hồn cầm dương quá xanh
Thắt cổ đêm quá thanh
Ngợp hồn ta chết đuối

Câu thơ bay không tuổi
Đêm thu chìm không màu
Ta chẳng biết về đâu
Nên cúi đầu đi mãi
Thân già không nghi ngại
Chỉ nghi ngại đêm quên
Chiếc bóng lửng bên thềm
Nếu quên thì quá tội
Chiếc lá thu gió thổi
Cầm dương xanh tan theo…

III.

Câu thơ bay trong veo
Chuông đồi Cù treo ngược
Thánh Ca sương thấm ướt
Thi sĩ hú vang lừng
Đêm trầm mình tượng trưng
Nghe hết tình cây cỏ
Trăng xanh xanh lấp ló
Em đỏ đỏ mộng đầu
Dìu nhau trong thẳm sâu
Liếm hương màu tịch mịch

Câu thơ bay đất trích
Gió rít lạnh đôi bờ
Ôi kiếp người bơ vơ
Khoác vai đêm gọi mãi
Không gian phơi trắng mái
Thời gian rụng tím đàn
Thánh ca rồi cũng tan
Cầm dương rồi cũng tạnh
Lạnh lạnh lạnh lạnh lạnh
Thi sĩ đã về xanh…

10.2014

KHÔNG ĐỀ IX

I.

Mần thinh là mần thơ
Mần hoài mà không chán
Mần một lèo đến sáng
Mắt ráo hoảnh tìm nhau
Một ta đi chơi lâu
Một ta ngồi ngóng Chữ
Chữ reo xanh ý tứ
Sắc màu ửa vó câu
Nhịp đời vang trước sau
Phách trời ngân ánh lửa

Mần thơ cho huyết cựa
Cho tinh bay rền vang
Cho tủy trắng ca xang
Cho xương nồng sử lịch
Một ta tru bằng thích
Một ta rú mút mùa
Ai có hỏi xin thưa
Cho đỡ điên đỡ lạnh
Hoan hô ta cô quạnh
Vạn tuế ta lù khù…

II.

Mần thinh như thiên thu
Nghe cu gù ướt nắng
Vớt lên trong im vắng
Những búp âm ngất vàng
Những búp âm ngất nàng
Nức hương trăng mười sáu
Nức tiếng kêu ở bậu
Chào nhau âm sáng trưng
Hôn nhau âm thơm lừng
Dại khờ như lá cỏ

Mần thinh như đứng ngọ
Nghe gà gáy ướt mây
Hái xuống trong lòng tay
Những búp âm ngất đỏ
Những búp âm ngất gió
Lắng nguồn cơn xa gần
Lắng lòng nhau ân cần
Thanh tân thương cố cựu
Nhắn gửi mây bằng hữu
Có còn nhớ nhau chăng?...

III.

Mần thơ như giá băng
Chữ giăng giăng gò đống
Chữ bay bay thạch động
Em rất ma rất tình
Em rất yêu rất tinh
Trọn đời ta xanh mặt
Thơ bay bay réo rắt
Thơ giăng giăng mờ mờ
Trọn đời ta lơ ngơ
Chỉ vì em rất ác

Mần thơ như chết khát
Ực hết tình em trao
Nốc hết cõi chiêm bao
Nuốt hết đời oan nghiệt
Chữ bay bay nào biết
Chữ giăng giăng nào hay
Ta cứ mần đắm say
Ta cứ mần đắm đuối
Cho đến hơi thở cuối
Vẫn mần-thinh-mần-thơ…

10.2014

Hàn Mạc Tử
qua Tạ Ty.

TRĂM NĂM HÀN MẶC TỬ

I.

"Trước sân anh thơ thẩn
Đăm đăm trông nhạn về…"(*)
Nhạn đã về mấy bận?
Rưng bóng nhỏ chân quê

Bóng ai đang đứng lặng
Nghe chiều đi thầm thì
Thầm thì rồi yên lắng
Rồi theo nắng bay đi

Chân quê lang thang bước
Gió mang theo những gì
Những niềm trời xuôi ngược
Ngước lên chào phong thi

Lũy tre rung lá mượt
Xanh thẫm chiều rầm rì
Rầm rì rồi thổn thức
Rồi mong đợi điều chi

Làm sao mà biết được
Trăng đầu non dậy thì
Chớp long lanh mắt ướt
Mắt tre già lóng nghe...

II.

Lóng nghe chiều mở ngực
Tiếng nói thuở ban đầu
Tiếng thơ chưa kịp trao
Tiếng đời đà vụt tắt

Nhương sao trời phương Bắc
Để nhớ trời phương Nam
Hồn trăng rợn hồn đàn
Rất thiêng và rất độc

Tinh khôi như huyết ngọc
Như tủy trắng vút lên
Thượng thanh khí vang rền
Trào bi âm viễn xứ

Bút thần chưa hiện chữ
Giọt mực đã rụng rời
Giấy đã toát mồ hôi (*)
Người thơ chưa kịp nói!

Đà Lạt chìm sương khói
Phút giây thiêng nhiệm mầu
Thơ đón âm trời sâu
Đáy hồ reo liễu biếc…

III.

Phan Thiết ơi Phan Thiết
Lầu Ông Hoàng mưa trăng
Mưa trăng chiều không hết
Tóc Mộng Cầm rợp trăng

Trăng ơi trăng ơi trăng
Rao chơi mà không bán
Cho đỡ quạnh nỗi hàn
Cho đỡ cơn bệnh ác

Nguồn thơ lai láng nhạc
Thiên sứ hát bên trời
Thiên tiên múa dâng lời
Mùa đau thương trổ lộc

Nguồn thơ bay sáng rực
Rúng động hết thinh không
Rùng mình mây hừng đông
Mùa đau thương linh hiển

Maria vụt hiện
Thần trí vút sao băng
Thánh thi đẹp vĩnh hằng
Đẹp vô cùng ơn phước…

IV.

Qui Nhơn tung bọt nước
Biển xanh rờn thiết tha
Ghềnh Ráng sóng vỡ òa
Khi nghe lời vĩnh biệt:

"Tấm Linh Hồn Thanh Khiết…" (**)
Hoa hồng và nhạc thơm
Đức hạnh là nguồn cơn
Một hồn thơ mầu nhiệm

Thánh thi tuôn ân điển
Trong tình yêu đất trời
Giây phút cuối lìa đời
Đời nghẹn ngào gọi mãi

Huyết mạch trào tiếng nói
Hồn thơ bay trong veo
Giây phút cuối còn reo
Một tiếng gì vọng lại

Chiều hát bên thềm mộ
Vàng thu vàng sắc hương
Vang trời vang máu hường
Gom hết mây viễn xứ…

V.

Trăm năm Hàn Mặc Tử
Gặp nhau trong đêm thâu
Thơ hòa âm rất mau
Rưng rưng màu nắng cũ

Tình Quê đau gió hú
Mùa Trăng xưa đã xa
Phan Thiết tìm đâu ra
Lầu Ông Hoàng trơ trọi

Chỉ còn thơ tươi rói
Trong huyết ta xanh ngời
Trong bao la đất trời
Ngàn sao ngân nét chữ

Chữ rền âm cổ tự
Lá khô nằm lóng nghe
Nghe chiều xa vắng hoe
Nhòe hết âm nắng quái

Đêm thâu ngồi ngóng mãi
Nhạn xưa bay đi rồi
Tình Quê giờ đâu nơi
Một mình ta thầm gọi!!!…

09.2012. Hiệu đính 10.2014

Ghi chú: Hàn Mặc Tử tên thật là Nguyễn Trọng Trí, có bút hiệu khác là
Phong Trần, Lệ Thanh (29.09.1912 – 11.11.1940.) Quê quán làng Lệ Mỹ,
Đồng Hới, Quảng bình. Hàn Mặc Tử cùng gia đình định cư ở Qui Nhơn,
Bình định cho đến ngày từ trần. Ông là một nhà thơ lớn của Việt Nam
thời cận đại.

(*) Thơ Hàn Mặc Tử.
"Thơ chưa ra khỏi bút
Giọt mực đã rụng rời
Hồn ta chưa kịp nói
Giấy đã toát mồ hôi..."
(Bút Thần Khai)

(**) Trích trong bài văn "Sự Trong Sạch Của Tâm Hồn" được Hàn Mặc
Tử viết vào đêm 24 tháng 10 năm 1940, nhằm ca ngợi công ơn các Mẹ,
các Chị dòng Franciscain đã hết lòng chăm sóc ông và những người bạn
ở Quy Hòa. Sau khi ông mất (11.11.1940) người ta tìm được trong túi áo
của ông khi khâm liệm và trao lại cho các nữ tu sĩ. Bài văn được viết
bằng tiếng Pháp. Bản dịch của ông Trần Thanh Mại:

"Hỡi các vị thiên thần của trời, thiên thần của Chúa, thiên thần của hòa bình và hoan lạc, xin hãy mang lại cho tôi một vòng hoa.

Tôi muốn tắm trong bể ánh sáng và lòng yêu kính thiêng liêng.

Bởi vì dưới cõi trần gian, đã thành tựu nhiều phép lạ, nó làm cho người ta phải nghẹn ngào vì khâm phục khi ngưỡng vọng cái sự nghiệp thần bí của đấng Tối Cao.

Hỡi các vị thiên thần của Trời, thiên thần của Chúa, thiên thần hòa bình và hoan lạc, các người có thấy cái ánh sáng trong mờ ngày càng rõ rệt, cái màu sắc trắng tuyết kia, cái hình hài không vết bợn kia, cái linh hồn hiện lên nơi cõi thế kia, ngay khi mới thấy, tôi đã chắc đó là cái hồn phách của các vị thánh, các thi tứ, cái tinh hoa của sự cầu nguyện đáng lẽ thì bốc lên hương thơm và tinh khí, nhưng đây chỉ khiêm tốn quyết định hóa ra Người.

Hỡi các vị thiên thần của Trời, thiên thần của Chúa, thiên thần hòa bình và hoan lạc, xin hãy vỗ tay lên: Bởi vì đó là các Mẹ và các Chị dòng Saint Francoi d' Assise, xuống cõi trần gian để an ủi những đau khổ, lo âu của loài người yếu đuối, của các bệnh nhân tàn tật, của những kẻ phong hủi là chúng tôi đây.

Tôi muốn ca lên những bài ca khen ngợi, hứng uống cho thật đã những lời êm dịu của các Bà, khi các Bà đồng hát bài thánh ca: "Hosanna! Hosanna!" (Xin cứu với! Xin cứu với!)

Tôi muốn bao giờ cũng tán thưởng cái hình thể trắng tinh không vết ấy, sức tươi mát, nguồn ánh sáng, bầu thơ ấy, vì tất cả đó là biểu tượng của TẤM LINH HỒN THANH KHIẾT

Hỡi các vị thiên thần của Trời, thiên thần của Chúa, thiên thần hòa bình và hoan lạc, xin hãy ném cho nhau những đóa hoa hồng, hoa súng, những điệu hát réo rắt và những hơi nhạc thơm tho, và hãy xin rưới trúc cho tràn trề nào là đức hạnh, can đảm và hạnh phúc cho những vị nữ tỳ của Đức Chúa"

Đêm thứ tư 24 tháng mười 1940

Francois Trí

Cảm tạ Thượng Đế."

(Nguồn: Báo Văn Nghệ.)

TỨ TẤU KHÚC
BÊN THỀM NẮNG CŨ

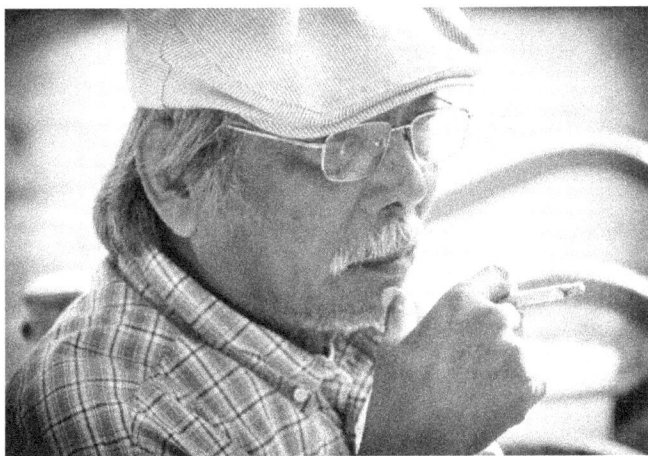

BLUE ĐEN VÀ HUYẾT ÂM

Rất chậm. Rất xanh. Rất mộng
Khuya em. Trăng núi. Mùa ta
Tượng số nhạc trời ngất động
Năm âm rợp bóng người-ma

Chớm đông lắng lòng chín vía
Bờm âm hí lộng ngàn bông
Rất đậm. Rất tươi. Rất lạ
Blue. Ướt lá. Băng đồng

Blue. Khuya em. Buốt quá
Truông xanh lục biếc tê ngời
Huyết âm xưa vang hồn đá
Mùa ta thức nhớ quen rồi!…

11.2014

DẤU HỎI GIỮA HƯ KHÔNG

Tưởng niệm 70 năm, ngày giỗ thi sỹ Phạm Hầu

Đưa tay ta vẫy ngoài vô tận
Chẳng biết xa lòng có những ai? (*)
Dấu hỏi giữa hư không vắng lặng
Vẫn vọng âm trên Vọng Hải Đài

Tháng Giêng long lanh trên lá cỏ
Điện Bàn kêu sương trong lũy tre
Dấu hỏi hẳn đã chìm trong mộ
Hay vẫn lang thang trên đường về?

Chùm hoa dại bên trời rướm nắng
Bảy mươi năm chiều hôm còn tươi
Dấu hỏi xa lòng kia mặn đắng
Một kiếp người mong manh giữa đời!

Ngập ngừng ai vẫn qua êm nhẹ
Một cái nhìn hương, chỉ thế thôi!^(**)
Dấu hỏi xa lòng kia giữ nhé
Mộng Cù Lao là mộng không lời

Hăm bốn xuân xanh trời khép mắt
Đất sầu thương tiếc giọng quyên xanh
Dấu hỏi giữa hư không thầm nhắc
Xa lòng giấc mộng vẫn cầm canh…

01.2014, hiệu đính 11.2014

Ghi chú: Thi sỹ Phạm Hầu, tên khai sinh là Phạm Hữu Hầu (02.03.1920
– 03.01.1944.) Quê quán: Gò Nổi, Điện Bàn, Quảng Nam. Ông là thi sĩ
tài hoa, vắn số. Thi phẩm của Phạm Hầu được nhà văn Hoàng Minh
Nhân sưu tầm chỉ có 26 bài, nhưng hồn thơ độc sáng, u uẩn, cô liêu một
cõi riêng.

(*) Thơ Phạm Hầu (trích trong bài thơ Vọng Hải Đài.)

(**) Thơ Phạm Hầu (trích trong bài thơ Mộng Cù Lao.)

KHUYA Ở NGÃ NĂM GÒ VẤP

Nhớ thi sỹ Nguyễn Tôn Nhan.

Vẫn ánh đèn hột vịt ngã Năm
Vẫn thân quen nhưng vắng trăng rằm
Vẫn cô chủ giọng cười tươi nắng
Vẫn ghế bàn ọp ẹp lặng câm

Anh Hai đi đâu lâu quá vậy?
Còn em? Vẫn tạm sống qua ngày
Thằng lớn nay đã lên lớp bảy
Con Út mới hơn bốn tuổi Tây

Vẫn tất tả khuya, buồn hơn trước
Vẫn bếp than hồng, soong nước sôi
Vẫn khô mực nướng, khô cá sặc
Vẫn đầu hẻm nhỏ, thưa bóng người

Anh Hai về chơi được lâu không?
Rượu cạn ly cho ấm cõi lòng
Ba bốn tuần rồi đi em ạ
Đèn hắt hiu còn ta ngó mông

Vẫn một mình ngồi đây nhớ bạn
Vẫn tưởng như Nhan ngồi kề bên
Vẫn giọng nói vang xa và ấm
Vẫn niềm khuya thơ ngấm trời quen

Anh Hai làm một ly nữa nghe?
Bụi hay sương hay mắt cay nhòe
Hay Nhan đã về trong gió thoảng
Nghiêng ly bóng ngã trên vỉa hè…

01.2013, hiệu đính 11.2014

Ghi chú: Thi sỹ Nguyễn Tôn Nhan (1948 - 01.2011.) Quê quán Hải Dương, định cư tại Sài Gòn từ 1954 cho đến ngày từ trần. Ông là nhà Hán học uyên bác, thi sỹ kỳ tài. Tác phẩm Thơ: Thánh Ca (1967,) Lục Bát Ba Câu (1995,) và rất nhiều Thơ chưa xuất bản.

NẮNG DƯƠNG CẦM

Tưởng niệm nữ nghệ sỹ Quỳnh Giao

Tháng Bảy nắng dương cầm réo rắt
Ngón tay người nở một trời bông
Bông biêng biếc bông trắng ngần tâm tưởng
Hạc vàng bay hay hồn người mênh mông

Tháng Bảy nắng dương cầm nghiêng xuống
Tiếng hát người ghé lại thềm xưa
Trưa đứng bóng sóng về đâu biển vắng
Thương ngàn trùng âm vang tan hay chưa

Tháng Bảy nắng dương cầm rưng nụ
Trái tim người tươi lắm mùa xưa
Hương Quỳnh Giao hương của trời lãm thúy
Vườn trần gian đàn xanh hơn xa hơn

Tháng Bảy nắng dương cầm muốn khóc
Dung nhan người còn lại lá bay
Trời thấp xuống trời cao lên níu bóng
Xin chào nhau bi âm trong lòng tay…

23.07.2014

Ghi chú: Quỳnh Giao (1946-2014) là một nữ dương cầm thủ tài hoa, ca sĩ nổi tiếng của miền Nam, tên thật là Nguyễn Phước Công Tằng Tôn Nữ Đoan Trang, sinh năm 1946 tại làng Vỹ Dạ, Huế, Việt Nam. Quỳnh Giao là con gái của nữ danh ca Minh Trang (tên thật: Nguyễn Thị Ngọc Trâm (1921–2010,) thân phụ là Nguyễn Phước Ưng Quả (1905-1951.)

Nghệ sỹ Quỳnh Giao qua đời vào lúc 3 giờ sáng hôm thứ tư ngày 23 tháng 7 năm 2014 tại Fountain Valley, California, hưởng thọ 68 tuổi.

GHI CHÚ THƠ NGUYỄN XUÂN HOÀNG

Biển, nghe không? Biển, nghe không?
Lạnh mênh mông! Lạnh mênh mông!
Dấu hỏi xanh dấu than trắng
Câu trả lời: Sóng như bông!!!

Sóng như bông – Bông như sóng
Ru. Thét. Gào. Im. Ngất. Động
Sóng nở gió – Bông nở em
Em nở ta. A! Cồi mộng!!!

Cỗi mộng bay! Cỗi mộng bay!
Đời chẳng hay! Người chẳng hay!
Nắng chảy dài trên vách mộ
Mộ chảy dài trong kẽ tay

Thấy hết! Không cần thấy nữa!
Biết hết! Không cần biết nữa!
Nghe không? Nghe không? Nghe không?
Nghe hết! Không cần nghe nữa!!!

Sơ thu, 2013

Nhân đọc bài thơ "Biển, Nghe Không" của Nguyễn Xuân Hoàng.
Trích khổ thơ cuối:

"...Hãy im lặng như biển.
Biển, nghe không?
Biển có nói gì đâu
Nhưng biển thấy hết, nghe hết, hiểu hết, biết hết...
Nghe không?
Biển, nghe không?"

Tạp chí Văn (Sài Gòn) số 69 Ngày 1 tháng 11 năm 1969 (trang 34) –
Trích lại từ trang web damau.org

TIỄN BIỆT
NHÀ VĂN NGUYỄN XUÂN HOÀNG

Thân thương ơi, hãy bay đi thật nhẹ
"Biển, nghe không?"[*] Câu hỏi vốn không lời
Lời không tiếng, trời thu cao đợi nhé
Đón người về ngấn lệ níu xa xôi

Rồi chín suối mười sông kia sẽ hát
Trần gian xanh, mộng chín đỏ xin chào
Trang văn réo khu rừng xưa nhã nhạc
Khúc ru tình rực lửa gọi chiêm bao

Rồi tóc bạc sẽ hòa âm mây trắng
Biển trời kia nghĩa nặng với tình sâu
Bay thật nhẹ bay thật cao im lắng
Trăng Nha Trang – Phan Thiết sẽ tìm nhau

Thân thương ơi, âm trầm trong tiếng gọi
Nói gì đây? – Hẹn gặp chốn vô cùng
Vô tận ý vô tận lời gió nổi
Và sương chìm tẩn liệm nắng vô chung…

11:15 AM, 13.09.2014

(Sau khi được tin nhà văn Nguyễn Xuân Hoàng từ trần lúc 10:50 AM, tại San Jose, California.)

(*) Thơ Nguyễn Xuân Hoàng.

Ghi chú: Nhà văn Nguyễn Xuân Hoàng sinh ngày 7 tháng 7 năm 1937 tại Nha Trang (Khánh Hòa).

Thời niên thiếu, ông học ở trường Võ Tánh (Nha Trang), trường Petrus Ký (Sài Gòn).

Ông tốt nghiệp Đại học Sư phạm, Văn Khoa (Triết học), Viện Đại học Đà Lạt (1958-1961), rồi giảng dạy môn Triết tại trường trung học Ngô Quyền ở Biên Hoà (1961-1962), tại trường Pétrus Ký ở Sài Gòn (1962-1975). Ngoài ra, ông còn làm thư ký tòa soạn tạp chí Văn ở Sài Gòn (1972-1974).

Năm 1985, ông đến Hoa Kỳ và định cư tại San Jose.

Năm 1986-1997, ông làm tổng thư ký báo Người Việt Daily News (California).

Năm 1989- 1994, ông còn là tổng thư ký tạp chí Thế kỷ 21 (California) thuộc công ty Người Việt.

Năm 1994, ông làm trong ban chủ biên tạp chí Văn Học. Tháng 9 năm 1996, ông làm chủ nhiệm kiêm chủ bút tạp chí Văn, đồng thời ông làm tổng thư ký cho báo Việt Mercury trực thuộc nhật báo San Jose Mercury News của Hoa Kỳ từ tháng 11 năm 1998 đến tháng 11 năm 2005. Sau đó ông chủ trương báo Việt Tribune.

Ngoài ra, ông cũng từng là giảng viên (lecturer) giảng dạy môn Văn học Việt Nam đương đại tại Đại học California-Berkeley.

Sau một thời gian định cư tại San Jose (Bắc California, Hoa Kỳ), ông qua đời tại đây vào lúc 10:50 phút sáng thứ Bảy, ngày 13 tháng 9 năm 2014. (Nguồn tham khảo: Vikipedia VN)

R.I.P ĐOÀN THẠCH HÃN

Tạm biệt nhé đoàn thạch hãn cười nhẹ một tiếng
với ta đi chẳng có gì buồn chẳng có gì vui nắng
không màu mưa không màu oan khiên oan nghiệt
tan rất mau hãn ơi chỉ tiếc hẹn nhau muộn rồi sau
tết năm mùi về nhìn nhau nắm tay nhau nói với
nhau đôi câu ngàn thâu đâu kể hết oan khiên oan
nghiệt góc đời riêng thôi không cần biện biệt
phân trần gì nữa hãn ơi thời cuồng bạo đa ngôn
đa dục loạn xà ngầu biết đâu mà lần sử lịch xương
máu tim gan phèo phổi gió vẫn thổi đời vẫn trôi
thôi thì về trước đi nhé hãn ơi nam mô tiếp dẫn
hư không mênh mông tịch mịch cười nhẹ một
tiếng với ta đi chẳng có gì chẳng có gì chẳng có
gì hãn ơi hãn ơi hãn ơi!!!

Tạm biệt nhé đoàn thạch hãn hắt hơi là xong hết rồi là đoạn diệt những cơn đau thân tâm thời thế là thôi là dứt sạch sành sanh ngũ uẩn giai không chiều đất lạ trời quen ta tụng một thời kinh mây trắng hát khẽ khúc chiêu hồn cười nhẹ một tiếng với ta đi hãn ơi chỉ tiếc thơ không chứa nổi tình sâu không mang nổi ý trong lời tạm biệt dấu than dấu hỏi phận người thôi thì đời câm thôi thì đời điếc thôi thì đời mù chiều thu bên đây hôm nay lắng xuống nắng trên đường nắng trong ta xa ngái nắng sài gòn vậy đó hãn ơi nam mô tiếp dẫn hư không mênh mông tịch mịch cười nhẹ một tiếng với ta đi chẳng có gì chẳng có gì chẳng có gì hãn ơi hãn ơi hãn ơi!!!

Tạm biệt nhé đoàn thạch hãn hắt hơi là xong một đời chớp tắt chiêm bao chào sát na chào lịch kiếp chào bụi chào người chào nhau lận đận long đong bóng trần gian hiu hắt quá trên đường về phải không hãn ơi chiều đầu tháng chín bên đây hừng đông bên kia chia tay nhau thôi thì vịn chút nắng tàn cho đỡ nhớ thôi thì ngồi một mình một góc quán quen xoa đôi bàn tay vuốt trán vuốt mắt bạn ở bên trời kia vậy thôi thì vịn chút dư âm trầm thu trầm đàn trầm nhạc trầm hồn hòa âm tóc bạc òa bay nghe không hãn ơi nam mô tiếp dẫn hư không mênh mông tịch mịch cười nhẹ một tiếng với ta đi chẳng có gì chẳng có gì chẳng có gì hãn ơi hãn ơi hãn ơi!!!

Bolsa, chiều 02.09.2014

(Sau khi nghe điện thoại viễn liên của nhà thơ Phạm Chu Sa báo tin Đoàn Thạch Hãn đã từ trần lúc 2 giờ 30 sáng ngày 03.09.2014 tại Sài Gòn.)

Ghi chú: Nhà báo, nhà thơ Đoàn Thạch Hãn (tức Đoàn Kế Tường) sinh năm 1949 tại Quảng Trị. Ông bước vào làng báo Sài Gòn từ trước năm 1975. Ông được biết đến như cây bút "đa năng": Làm báo, làm thơ, viết văn, viết kịch bản phim... Do bệnh nặng, nhà báo, nhà thơ Đoàn Thạch Hãn đã trút hơi thở cuối cùng ở bệnh viện Gia Định – Sài Gòn lúc 2 giờ sáng ngày 03.09.2014, hưởng thọ 65 tuổi.

Cuộc đời ông là một chuỗi dài nghịch cảnh, bi kịch từ lúc thiếu thời cho đến khi lìa đời, nhưng ông vẫn im lặng cam chịu, không một lời thanh minh, giải thích.

TIẾNG CHIM KÊU TRĂNG XANH

Nhớ thi sỹ Vũ Hữu Định.

Vẫn còn vang tiếng chim kêu trăng xanh phố núi
tiếng lá non rít gió chạy về phía sương mù chiều
rớt chậm vệt nắng cuối ngày ráng đỏ bầm mây
bầm mái phố bầm âm bụi đỏ có bạn có ta nhớ câu
thơ biên tái nhớ bầy sao rụng đáy hồ trầm đáy
mắt cuối thu chẳng còn chuyến xe nào ngược
chiều về xuôi chẳng còn tiếng nói nào chao
nghiêng theo bóng cây bên đường vắng.

Vẫn còn giọng cười khô nhắn trăng xanh phố núi
tiếng mùa rớt hạt về xuôi trời tháng mười chớp
mắt ngọn đèn đường vừa thắp lên long lanh mây
long lanh mái phố xanh âm rêu xanh âm cỏ dại
bên đường có bạn có ta phin cà phê giọt giọt câu
thơ in trên dấu chân đi lên đi xuống ngã ba khoác
lên vai rung nhẹ vách đêm chẳng còn chiếc lá
khô nào thức nữa giữa đời mù.

Vẫn còn trong chiêm bao vũ hữu định ơi trời vẫn rất quen thân đất vẫn rất gần trong hơi thở phố núi tiếng chim kêu trăng xanh còn vang trong ngực còn đầy trong mắt chữ long lanh đời vắng bạn ba mươi ba năm rồi phin cà phê giọt giọt bên kia trời pleiku chiều tắt nắng câu thơ biên tái tiếng lá non rít gió trong trái tim ta vẫn còn tiếng cười dòn tan vang bên đường vắng.

Vẫn còn trong không gian tháng năm neo vết sẹo giữa trời khuya ta nhìn lên nghe câu hát *phố núi cao trời thấp thật buồn may mà có em đời còn dễ thương* sương thấm trên vai ngấm trong hồn viễn xứ dấu chân có bạn có ta những bóng ma thiên cổ mịt mùng những niềm đau bụi đỏ tiếng chim kêu trăng xanh câu hát bay theo tháng năm ta vẫn còn thức trắng giữa đời mù.

11.2014

Ghi chú: Thi sỹ Vũ Hữu Định (1942 – 1981) tên thật là Lê Quang Trung, gốc Thừa Thiên – Huế, lập gia đình và định cư ở Đà Nẵng. Ông làm thơ đăng báo từ khoảng thập niên 1960, với bút danh Hàn Phong Lệ, về sau đổi thành Vũ Hữu Định. Bút danh Vũ Hữu Định bắt đầu phổ biến từ khi bài thơ "Còn Chút Gì Để Nhớ" của ông được nhạc sỹ Phạm Duy phổ nhạc vào năm 1970. Ông mất ngày 03.04.1981, hưởng dương 40 tuổi. Ông là một thi sỹ nổi tiếng lang bạt kỳ hồ, nhiều bất hạnh, nhưng rất hào sảng, nhân hậu, được bằng hữu giang hồ văn nghệ quí mến. Những chữ in nghiêng trong bài thơ là thơ của Vũ Hữu Định.

VĨ CẦM ĐIÊN
VÀ NHỮNG TRẬN GIÓ THU

I.

Gió vút lên nỗi nhớ
Vút lên cơn đau rêu xanh
Mái tóc bạc nuối đàn
Âm thu đã về trên vách đá
Hòa âm tiếng hát lá khô
Những sợi khói mùa màng bay lên
Lịm dần trong sắc tím
Chiều trầm ngân serenade
Sắc trời thu nhấn âm tịch liêu
Vừa khi ấy những vệt sáng cuối chân trời
Những con sóc nâu vỗ tay
Chiêm bao trôi và trôi
Thời gian
Dịu dàng mật đắng…

II.

Âm vang trong lòng tay
Những trận gió thu ngậm ngùi gọi nắng
Bướm chết giữa tầng xanh
Như quỳnh hương chết
Như nát tan
Như lá khô vĩ cầm
Buốt máu biệt ly
Thẳm đáy âm trong hồn ta
Thời gian vuốt nhọn lầm lì
Níu mãi khúc trầm thi lưu lạc
Ngồi quán một mình
Đếm tóc bạc đợi người về
Bạc hết âm chiều dựng mộ
Âm vắt vai theo chiều phai
Ngàn trùng…

III.

Âm tịch liêu
Vĩ cầm điên thắt cổ ngàn sông
Em phục sinh ta trong chiều ngất xanh
Đá vang niềm tưởng tiếc
Thoáng hiện ghềnh trăng non
Bơ vơ tiếng chim lạc giọng gọi bầy
Ghềnh trăng non hoài thai khúc cầm thu
Hoài thai máu đá
Hoài thai huyết rêu
Chiếc lá khô la thất thanh
Ngửa lòng tay
Long lanh hồn thạch thảo
Em phục sinh ta trong đáy mắt chiều
Những chuyến đi
Vô tận…

09.2014

TÚ TẤU KHÚC BÊN THỀM NẮNG CŨ

Giỗ Cha và Chú lần thứ bốn mươi chín.

I.

Buông tay
Phía bên kia hoàng hôn
Hồn bụi khô
Màu mận chín
Mắt đá ong ngơ ngác vách chiều
Treo ngược hành lang lục diệp
Bóng người hay tiếng phong cầm vỡ
Long lanh trên lá non
Máu người pha sắc chàm
Trí nhớ nghiêng vệt xám

Chỉ còn những lóng xương mây
Và tiếng hú xé dài niềm cô tịch
Buổi đầu thu thường có những giấc chiêm bao
Sặc sừ mộng du lang thang mịt mùng ký ức
Ám ảnh mãi tiếng phong cầm vỡ
Âm vang cuốn theo từng giọt nắng rơi
Treo ngược hành lang lục diệp
Phía bên kia hoàng hôn
Cuộc hẹn hò không nơi chốn không thời gian
Như chiếc đinh rỉ sét đóng vào vô tận
Những câu thơ vô nghĩa viết hoài
Những nguồn cơn mịt mùng gọi mãi
Chẳng hiểu vì sao
Ta rất nhớ ta …

II.

Những nguyên âm nằm hát khẽ bên thềm nắng cũ
Những vòng tròn ngũ sắc tan theo
Ngôi chùa cổ kiết già tựa lưng vách núi
Xao xác cánh bướm đen
Hương gió cẩm thạch rát ngực
La thầm trong mịt mờ
Khung rêu tái xanh niềm tưởng tiếc
Hồn bạch đàn xa thắm
Chẳng biết vì đâu câu thơ lỗi hẹn
Vì đâu âm huyết gào ngàn

Vành khăn tang ai đốt gửi hư không
Bìm bịp kêu thương năm tháng cũ
Buông tay
Phía bên kia hoàng hôn
Vỏ ốc cồn xanh thổi lại tơ trời
Giăng giăng hồn cổ tháp
Trăng mười ba hát trên núi cao
Tiếng ho của con bò già
Tàu lá chuối rách bươm nỗi nhớ
Khu vườn gầy nhom trong sương lạnh
Hắt bóng trên thềm hoang
Tiếng thạch sùng rơi
Rơi
Mãi . . .

III.

Mộ sầu im cát trắng
Nam Ô mờ sương
Chiếc xe đạp khẳng khiu mệt mỏi trên đường về
Ngược gió
Chiều bềnh bồng bông nắng nhương sao
Chớp mắt nhớ câu thơ biên tái
Rướn ngực thở xa vời
Mái phố hoang vu thầm gọi
Mù khơi
Lời chia tay còn ấm những tàn tro

Cánh dơi chập choạng
Khép lòng tay bồi hồi
Buông tay
Phía bên kia hoàng hôn
Hồn lá mục hát rong bên thềm nắng
Khung rêu trên mái phố thầm reo
Chiều ướt mắt đàn
Không gian trơ chiếc khung tĩnh vật
Khuấy leng keng dưới đáy ly cà phê một ký ức
buồn
Ta đấy ư?!
Chẳng kịp hỏi ngọn gió đã bay đi
Âm xám mù ngày trở lại
Chập chùng chập chùng
Nam Ô Nam Ô...

IV.

Người đào huyệt năm xưa đã về nằm trong mộ cát
Mù khơi vang trên vai
Những nguyên âm in dấu chân rỏ máu
Sắc chàm xưa ngất nhịp sương mờ
Ráng pha màu trứng vỡ
Ta về ngồi lại với tháng năm xưa
Viết xuống những câu thơ vô nghĩa
Những giọt máu lang thang tìm lại bóng hình
Viễn xứ vùi thây bên thềm nắng nhạt
Lung linh bóng người về

Lung linh thời gian
Thầm nhắc tên ai...
Những nguyên âm nức nở trên đường về
Cầm tay nhau thương dấu nắng
Bóng ngã theo biệt ly
Mới hiểu vì sao sắc chàm rừng ưu hận
Câu thơ níu lửa sinh linh
Chôn hết sắc màu
Chôn hết âm vang chiều lá mục
Tiếng kêu sương ủ kín vết thương tâm
Biển hồn nhiên gào thét trong lặng im
Huyết đàn chìm trong mộ
Chợt hiểu vì sao
Ta rất nhớ ta...

01.2014, hiệu đính 10.2014

THƠ NĂM CHỮ NGÀN CÂU
VÀ CÚ-NHẢY-LÙI
QUA NHỮNG GIẤC MỘNG ĐỜI

TÔ ĐĂNG KHOA

Tập thơ *"Năm Chữ Ngàn Câu"* của thi sĩ Nguyễn Lương Vỵ (NLV) ra đời đúng một năm sau tập thơ *"Năm Chữ Năm Câu"* và cũng là tập thơ thứ 9 của ông. Hai tập thơ tiếp liền trong hai năm, tuy tựa đề của tập thơ chỉ khác nhau có một chữ, nhưng về nội dung, thần thái, biểu tượng và ẩn dụ thì khác nhau rất nhiều. Trong tập *"Năm Chữ Năm Câu,"* NLV đã tự mình thực hiện *"cú nhảy sau cùng vàng câm trên bến lạ,"* vượt qua giới hạn của ngôn ngữ để kinh nghiệm trực tiếp *cái-không-lời.* Từ kinh nghiệm đó, ông khai triển, thiết lập ngôn ngữ để phơi bày *cái-thấy "Có-Không thiệt rốt ráo"* trong lãnh vực Thi Ca. Lần này trở lại với độc giả, NLV lại ung dung thực hiện những *"cú-nhảy-lùi"* rất ngoạn mục từ cảnh giới *"vàng-câm-trên-bến-lạ"* để trở về lại giấc mộng đời của nhân gian trong tập *"Năm Chữ Ngàn Câu"*:

Nhảy qua một giấc mộng:
Nhảy qua một bầu trời
Giấc mộng thì nửa vời
Bầu trời thì lộn ngược...

(Không Đề I)

"Giấc mộng nửa vời,""Bầu trời lộn ngược," đó là ngôn ngữ tiêu biểu được NLV dùng để mô tả thực chất giấc mộng đời trong cõi người ta. Nhận thức này là điều tất nhiên đối với NLV, người đã có được một cái thấy rốt ráo cùng tột bản chất hư ảo của ngôn ngữ và khổ nạn của đời sống nhân gian. Thật không dễ dàng gì khi phải sống trong một *"bầu trời lộn ngược"* vì điều đó đòi hỏi một tâm hồn thật trầm tĩnh, an nhiên tự tại, được nuôi dưỡng trong một nếp sống thăng bằng ẩn dật, và trên hết, một trí tuệ tâm linh có khả năng dung thông tất cả nghịch lý và điên đảo của cuộc đời.

Sống hài hòa, không dính mắc với *"giấc mộng nửa vời"* trong một *"bầu trời lộn ngược"* của nhân gian chính là phong cách "nhập thế" của ẩn sĩ. Thông thường, những nhà thơ thực hiện thành công*"cú nhảy lùi"* sau khi đã tự mình bước tới *"bờ hương chín"* là người có tâm hồn rất thanh khiết và yêu thương trần gian hết mực. Ngoài ra, họ còn có tính kham nhẫn rất thâm sâu. Nói cách khác, lòng yêu thương và sự kham nhẫn là hai đức tính cần thiết để thi sĩ an trú và thi triển sức thấy, sức nghe giữa nhân gian. Thiếu hai đức tính này, thi sĩ sẽ tự hủy vì không thể nào (với trí tuệ và tâm hồn mẫn cảm của chính họ) lại có thể sống chung hài hòa với cái *"giấc mộng nửa vời"* trong *"bầu trời lộn ngược"* của nhân gian được. Chính trí tuệ và nhận thức của họ về cuộc đời sẽ biến họ thành những người cô đơn, "cuồng sĩ" trước con mắt nhân gian. Lịch sử thi ca và triết học đã chứng kiến biết bao nhiêu nhà thơ, triết gia tự hủy như thế chỉ vì trong *"cú-nhảy-lùi"* trở lại nhân gian, có thể vì họ đã bị "ma sát với thế tục" và tự mình "bốc cháy". Đây là sự hiểm nguy luôn rình rập ở những "cú-nhảy-lùi" nhập thế của nhà thơ, và lắm khi còn nguy hiểm gian nan hơn việc phải "tự mình bước tới bờ hương chín."

Vì sao NLV lại chấp nhận sự hiểm nguy, và đơn độc đến tột cùng như vậy để thực hiện "cú-nhảy-lùi" trở lại giấc mộng đời? "Cú-nhảy-lùi" đó mang ý nghĩa gì? Hỏi như vậy thì chợt nhận ra đó vốn là những lời tự hỏi, tự đáp mà thi sĩ đã dùng để mở đầu tập thơ trong bài "Tự Hỏi Tự Đáp," đoạn I:

Vì sao ghiền mần thơ?
Mần thơ là mần thinh!

"Mần thơ là mần thinh!" Phải chăng đó cũng là cái bí quyết trong toàn bộ thi nghiệp của nhà thơ NLV? "Mần thinh," theo chỗ tôi hiểu có hai nghĩa: Trước hết "thinh" cũng có nghĩa là âm thanh. Thinh âm là đơn vị nhỏ nhất và căn bản nhất của Thi Ca. Thi sĩ là người biết phối hợp một cách tài hoa, tâm ý của chính mình và phong cách xếp đặt các thinh âm để tạo ra Lời và ý nghĩa trong từng câu thơ, bài thơ. "Mần thinh" còn mang ý nghĩa khác tức là "sự tĩnh lặng." Vì thế, ta có thể khai triển rộng ra như sau đối với cõi thơ của NLV: "Mần thơ *tức-là* mần thinh, mần thinh *tức-là* mần thơ, mần thơ *không-khác-gì* mần thinh, mần thinh *không-khác-gì* mần thơ." "Mần thinh" và "mần thơ": Đó là mối quan hệ mật thiết giữa "thể" và "dụng" trong thế giới Thi Ca NLV. Trọn đời NLV, ông sống trọn vẹn chí tình với từng con âm con chữ, ông chỉ "ghiền" một việc, đó là việc "mần -thinh-mần-thơ":

Nay còn ghiền chi nữa?
Ghiền mần-thinh-mần-thơ!
(Tự Hỏi Tự Đáp – Đoạn II.)

Có thể nói rằng *"mần-thinh-mần-thơ"* vừa là phương tiện vừa là cứu cánh của đời thơ NLV. Lầm lũi *"mần -thinh-mần-thơ"* đã từng là phương tiện giúp NLV vượt qua các khổ nạn ngút ngàn của giấc mộng đời: Chính "Nàng Thơ" đã cứu rỗi đời ông. Nhưng khi đã tự mình vượt qua các khổ nạn đó, *"mần-thinh-mần-thơ"* cũng chính là cứu cánh của đời ông. Nhưng giờ đây, Thơ đã thăng hoa và ở một mức độ càng lúc càng thâm sâu hơn. Trong tập thơ này, nhất là trong 9 bài thơ năm chữ "Không Đề," NLV *"nhảy lùi"* để nhìn lại các kinh nghiệm đời thường và rất thật của chính mình với một bút pháp rất thi vị, độc sáng và bình tĩnh lạ thường. Những ký ức buồn vui xa xưa và những khổ nạn mà ông đã từng trải qua trong đời được ông dìu về trong hồi tưởng nhưng không còn sức bùng lên như lửa ngọn mà chỉ tái hiện lại như những thước phim "câm," lặng lẽ, nhưng không thiếu chất thơ qua tuyệt bút tài hoa của mình. Cả đời khổ nạn của ông đã được thi vị hóa trở thành một *"Đời thơ không lửa ngọn"* nhưng chắc chắn sẽ *"Ngún mãi giấc xưa sau."* Vì lẽ? Vì ông đã rất tận tình với Thơ và với nhân gian. Dẫu cho nhân gian không lời đáp lại, thi sĩ vẫn tự móc mắt moi tim, tự mình kinh nghiệm tất cả nghịch lý điên đảo của cuộc đời mà bình thản *"mần -thinh-mần-thơ"* để chuyển hóa tất cả khổ đau của giấc mộng đời. Vì nhân gian đau khổ, nên thi sĩ cũng đã đau khổ. Vì nhân gian bệnh, nên ông cũng bệnh. Nhưng thi sĩ *"Nằm bệnh nhớ trăm nơi / Thấy bóng mình ngàn chốn"*:

Đời thơ không lời đáp
Tự móc mắt moi tim
Thời gian vút bóng chim
Không gian chìm tăm cá
Đời thơ không quán xá
Chữ buốt giá tủy trời
Nằm bệnh nhớ trăm nơi

Thấy bóng mình ngàn chốn
Đời thơ không lửa ngọn
Ngún mãi giấc xưa sau...

...
Đời thơ không ngóng đợi
Mà động địa kinh thiên
Lóng xương mây tất nhiên
Rất thương ta thương bạn
Đời thơ không khổ nạn
Làm sao thấu được Thơ?!...

(Không Đề IV)

"*Đời thơ không khổ nạn / Làm sao thấu được Thơ?*"
Những khổ nạn ngút ngàn cùng tột trong giấc mộng đời
này, NLV đều đã tự thân trải nghiệm qua tất cả. Ông đã
tự mình "*nhảy qua*" chúng nên có cái nhìn rất mới về
bản chất của chúng. Với "*cú-nhảy-lùi*" trong tập "*Năm
Chữ Ngàn Câu*" nầy, độc giả chúng ta sẽ có cơ hội
được nhìn lại các khổ nạn của nhân gian qua lăng kính
định tĩnh của hồn thơ NLV. Trong biển khổ của giấc
mộng đời đầy những "*Ru. Thét. Gào. Im. Ngất. Động*"
đó, duy chỉ có NLV thấy ra được sự kiện rằng: "*Nắng
chảy dài trên vách mộ*" và "*Mộ chảy dài trong kẻ tay.*"
Đó chính là thời gian và cái chết đang gậm nhấm và
cuốn trôi tất cả giấc mộng nhân gian. Thế mà "*Đời
chẳng hay! Người chẳng hay!*"

Sóng như bông – Bông như sóng
Ru. Thét. Gào. Im. Ngất. Động
Sóng nở gió – Bông nở em
Em nở ta. A! Cỗi mộng!!!
Cỗi mộng bay! Cỗi mộng bay!
Đời chẳng hay! Người chẳng hay!
Nắng chảy dài trên vách mộ
Mộ chảy dài trong kẽ tay

Thấy hết! Không cần thấy nữa!
Biết hết! Không cần biết nữa!
Nghe không? Nghe không? Nghe không?
Nghe hết! Không cần nghe nữa!!!

(Ghi Chú Thơ Nguyễn Xuân Hoàng)

Nghe không? Nghe không? Nghe không? Chúng ta đã nghe ra được gì qua những thước phim "câm" từ *"cú-nhảy-lùi"* tuyệt kỹ này của NLV?

Tựa đề của tập thơ này là *"Năm Chữ Ngàn Câu."* Như NLV đã tâm sự trong lời tựa: *"Ngàn Câu, là cách nói ước lệ, phỏng chừng, vì khi viết xong 50 bài Thơ năm chữ, nhẩm tính đã trên con số ngàn câu."* "Ngàn câu," phải chăng, cũng là cách nói ước lệ cho sự phơi bày vô tận phương tiện lực của một ẩn sĩ có sự hàm dưỡng rất thâm hậu về chữ nghĩa? Vô tận phương tiện nhưng chỉ có một mục đích duy nhất. Cái mục đích duy nhất đó, đã được nhà thơ Bùi Giáng chỉ ra một cách rất thiện xảo như sau:

"Nói nghìn lời để dìu *cái-không-lời* về trong *cái-không-nói.*"

Bùi Giáng thật uyên thâm: *"Dìu"* được *"cái-không-lời"* về trong *"cái-không-nói"* là trách nhiệm vô cùng khó khăn cho những ai trầm mình trong lĩnh vực Thi Ca và Tư Tưởng. Đó là sự khác biệt giữa một bậc thiên tài và kẻ tài tử: Trong khi sự non nớt của kẻ tài tử được lộ ra trong sự "hợp lý" của *cái-được-nói* ra, thì sự vĩ đại của thiên tài lại được cảm nhận ở sự chiêm nghiệm về *cái-không-nói* tới.

Thành công của thơ NLV chính là làm cho độc giả cảm nhận được *cái-không-nói* ra giữa những thước phim "câm" được đạo diễn từ những câu thơ "câm."

Tuyệt chiêu thơ "câm" của NLV nằm ở cái bí quyết: *"Mần thơ là mần thinh."* Chỉ khi nào nội tâm thi sĩ đạt tới sự *"mần thinh"* một cách rốt ráo, thì bút pháp thơ "câm" mới đạt tới cảnh giới thượng thừa.

Chỉ với năm chữ rất đơn giản và bình dị *"Mần thơ là mần thinh,"* "cái-không-lời" và "cái-không-nói" đã về "an trú" ngay trong ngôn ngữ "câm" nhưng lại rất thâm hậu, với thi pháp "năm chữ" rất điêu luyện, biến ảo kỳ tuyệt của NLV.

Xin tri ân thi sỹ NLV đã suốt đời *"mần-thinh-mần -thơ"* và trải lòng mình cho nhân gian bước vào chiêm nghiệm *cái-không-nói* bàng bạc trong từng nỗi khổ nạn của giấc mộng đời. Cảm ơn ngôn ngữ thi vị, uyên áo và định tĩnh trong tập thơ *"Năm Chữ Ngàn Câu"* này.

Và sau cùng xin cảm ơn *"cú-nhảy-lùi"* ngoạn mục qua những giấc mộng đời trong tập thơ *"Năm Chữ Ngàn Câu"* của thi sỹ NLV. Nó giúp cho tôi nhận biết được bản chất thật của đời sống này: *"Thì ra là mộng đầy".* Đó cũng chính là nhận thức cần thiết để một ngày nào đó, khi đầy đủ trí tuệ và kinh nghiệm của tự thân, tất cả chúng ta sẽ cũng sẽ sớm nhận ra: *"Mộng hết trốn trong mộng!!!"*

Calif., 11.2014

Ghi chú: Những câu thơ năm chữ in nghiêng trong bài viết được trích từ tập thơ "Năm Chữ Ngàn Câu" của Nguyễn Lương Vy.

MỤC LỤC

LỜI THƯA   7

NĂM CHỮ NGÀN CÂU   **9**

TỰ HỎI TỰ ĐÁP   11
ĐỌC THƠ TRẦN NHÂN TÔNG   12
TẶNG CƯ SỸ NGUYÊN GIÁC PHAN TẤN HẢI   13
TẶNG THI SỸ TÂM NHIÊN   14
TẶNG NHÀ VĂN LÊ LẠC GIAO   15
TẶNG THI SỸ LÊ GIANG TRẦN   16
TẶNG THI SỸ NGUYỄN HOÀNG NAM   17
TẶNG NHẠC SỸ TUẤN KHANH   18
TẶNG CHIÊM NƯƠNG TRÀ TRANG   19
TẶNG NỮ SỸ NGỌC SÁNG   20
TẶNG EM TRAI NGUYỄN LƯƠNG ĐỨC   21
TẶNG CON GÁI NGUYỆT QUẾ   22
TẶNG TA - MÌNH   23
MÙA GIÁP HẠT   24
ĐÊM TƯỢNG TRƯNG   25
TIẾNG HÁT MUÔN THU   26
ÂM CUỐI THU   27

HƯƠNG CỔ THI   28
NÓI VỚI CON   31
HA HA HA!   32
HÀ HÀ HÀ!   33
HỎI THỬ VẬY THÔI   34
TỪ ĐƯỜNG   35
NẮNG XUÂN PHÂN   39
THĂM MỘ ÔNG NĂM SẠN Ở QUÁN RƯỜNG   41
THĂM SƠN NÚI Ở BẢO LỘC   43
CHIỀU UỐNG RƯỢU VỚI VÕ CHÂN CỬU
Ở BẢO LỘC   45
TRỞ LẠI ĐÀ LẠT   47
GẶP LẠI THI SỸ TRẦN XUÂN KIÊM Ở SÀI GÒN   49
THU TỲ BÀ   51
ĐÓA TÂM THU   53
MẤY BẬN THU PHAI   55
MÀU NẮNG CŨ   57
PHẢI VẬY KHÔNG?   59
TRƯA Ở CHÙA LINH ỨNG   61
ĐÊM THẢ BỘ MỘT MÌNH TRÊN PHỐ SÔNG HÀN   64
TÌM BÓNG CỤT ĐẦU   67
HÁT KHẼ BÊN MỒ   70
SÔNG KHÓC   76
KÈN MA THÁNG TƯ   82
KHÔNG ĐỀ I   91
KHÔNG ĐỀ II   97
KHÔNG ĐỀ III   103
KHÔNG ĐỀ IV   109
KHÔNG ĐỀ V   115

KHÔNG ĐỀ VI   121
KHÔNG ĐỀ VII   127
KHÔNG ĐỀ VIII   133
KHÔNG ĐỀ IX   139
TRĂM NĂM HÀN MẶC TỬ   147

TỨ TẤU KHÚC BÊN THỀM NẮNG CŨ   159

BLUE ĐEN VÀ HUYẾT ÂM   161
DẤU HỎI GIỮA HƯ KHÔNG   162
KHUYA Ở NGÃ NĂM GÒ VẤP   164
NẮNG DƯƠNG CẦM   166
GHI CHÚ THƠ NGUYỄN XUÂN HOÀNG   168
TIỄN BIỆT NHÀ VĂN NGUYỄN XUÂN HOÀNG   170
R.I.P ĐOÀN THẠCH HÃN   173
TIẾNG CHIM KÊU TRĂNG XANH   176
VĨ CẦM ĐIÊN VÀ NHỮNG TRẬN GIÓ THU   180
TỨ TẤU KHÚC BÊN THỀM NẮNG CŨ   183

THƠ NĂM CHỮ NGÀN CÂU VÀ CÚ-NHẢY-LÙI
QUA NHỮNG GIẤC MỘNG ĐỜI   191

Ấn phí $18 USD

www.ingramcontent.com/pod-product-compliance
Lightning Source LLC
Chambersburg PA
CBHW020155090426
42734CB00008B/833